വിജ്ഞാനവർഷം

പുസ്തകം 102

മരുഭൂമികൾ

marubhoomikal

•

k rema

•

first edition
march 2013

•

typesetting & *published*
chintha publishers, thiruvananthapuram

•

printed
anaswara offset pvt ltd

•

cover
black mole

വിതരണം

ദേശാഭിമാനി ബുക്ക് ഹൗസ്

H O തിരുവനന്തപുരം-695 035
www.chinthapublishers.com
chinthapublishers@gmail.com

ബ്രാഞ്ചുകൾ

ഹെഡ്ഡാഫീസ് ബ്രാഞ്ച് കുന്നുകുഴി • ഓവർബ്രിഡ്ജ് തിരുവനന്തപുരം • കെ എസ് ആർ ടി സി ബസ് സ്റ്റേഷൻ ആലപ്പുഴ • കെ എസ് ആർ ടി സി ബസ് സ്റ്റേഷൻ എറണാകുളം • മച്ചിങ്ങൽ ലെയ്ൻ തൃശൂർ • ഐ ജി റോഡ് കോഴിക്കോട് • കെ എസ് ആർ ടി സി ബസ് സ്റ്റേഷൻ കോഴിക്കോട് • എൻ ജി ഒ യൂണിയൻ ബിൽഡിങ് കണ്ണൂർ • സെൻട്രൽ ബസ് ടെർമിനൽ കോംപ്ലക്സ് താവക്കര കണ്ണൂർ

CO - VV.102 / 1880 / 3144

മരുഭൂമികൾ

കെ രമ

ചിന്ത പബ്ലിഷേഴ്സ്
തിരുവനന്തപുരം-695 035
വില : ` 80

കെ രമ

കല്ലമ്പിള്ളി കേശവൻ നമ്പൂതിരിയുടെയും കെ അമ്മുത്ത മ്പുരാട്ടിയുടെയും മകളായി 1960 മാർച്ച് 10 ന് ജനിച്ചു. എറ ണാകുളം ജില്ലയിൽ മാമ്പ്രഗവൺമെന്റ് സ്കൂളിൽ പ്രധാ നാധ്യാപികയായി ജോലിചെയ്യുന്നു. സോഷ്യോളജിയിൽ എം എ ബിരുദം.

പ്രധാന കൃതികൾ: ഡോ. വന്ദനശിവയുടെ *ആഗോളവൽക്ക രണത്തിന്റെ പുതുയുദ്ധങ്ങൾ*, രാമസ്വാമി ആർ അയ്യരുടെ *ജലവിവേകത്തിലേക്ക്*, *ചാൾസ് ഡാർവിന്റെ ആത്മകഥ* (വി വർത്തനങ്ങൾ), *ഇന്ത്യയിലെ സംസ്ഥാനങ്ങളും കേന്ദ്രഭ രണ പ്രദേശങ്ങളും*, *ചാൾസ് ഡാർവിൻ* (മൗലിക രച നകൾ) *എന്തിനുമുണ്ടൊരു കഥ പറയാൻ* (മൗലികരചന - In press)

സഹയാത്രികൻ	:	പി കെ ശിവദാസ്
മക്കൾ	:	ഐശ്വര്യ കെ അനശ്വര കെ
Email	:	kremashivadas48@gmail.com

ഉള്ളടക്കം

മുഖമൊഴി

കണ്ണെത്തുവോളം മണലിൻ മഹാസമുദ്രം പരന്നുകിടക്കുന്നു. അലമാലകൾ ഉയർന്നു മറിയുന്നതുപോലെ! കരുത്തേറിയ കാറ്റ് മണൽക്കൂനകളെ കൊത്തിയരിഞ്ഞ് അതിവിചിത്രമായ രൂപങ്ങൾ സൃഷ്ടിക്കുന്നുണ്ട്. എരിവെയിലിൽ സ്വർണനിറം പൂണ്ട പൂഴിപ്പരപ്പ് വെട്ടിത്തിളങ്ങുന്നതുകാണാം. മണൽക്കുന്നുകളുടെ താഴ്‌വരയിലെ നീണ്ടുകറുത്ത നിഴലുകൾ നട്ടുച്ചനേരത്തു പൊള്ളിക്കുന്ന ചൂടിൽപ്പെട്ട് ചുരുങ്ങിക്കൊണ്ടിരിക്കുകയാണ്. എമ്പാടും മണൽത്തരികളുടെ അലയാഴി. ഒരു തുള്ളി വെള്ളമുള്ളതിന്റെ സൂചന ചുറ്റുവട്ടത്ത് ഒരിടത്തുമുണ്ടായിരുന്നില്ല. മരങ്ങളില്ല, ചെടികളില്ല, പൊന്തക്കാടുകളില്ല, പുൽക്കൊടിപോലുമില്ല.

കെ എ അബ്ബാസ്
രണ്ടുതുള്ളി വെള്ളം

മേൽ വിവരിച്ചപോലെ നീണ്ടുകിടക്കുന്ന മണൽപ്പരപ്പാണ് മരുഭൂമിയെന്നു കേൾക്കുമ്പോൾ നമ്മുടെ മനസിലേക്ക് ഓടിവരുന്ന ചിത്രം. യഥാർഥത്തിൽ ഇതുമാത്രമാണോ മരുഭൂമി? മണൽ നിറഞ്ഞ മരുഭൂമികളുണ്ട്, പാറക്കെട്ടുകൾ നിറഞ്ഞവയുണ്ട്, മഞ്ഞ് മൂടിക്കിടക്കുന്ന മരുപ്രദേശങ്ങളും ഉണ്ട്.

ഇരുപതാം നൂറ്റാണ്ടിനുമുമ്പ് മരുഭൂമി എന്ന പദംകൊണ്ട് മനുഷ്യരില്ലാത്ത ഇടം എന്നായിരുന്നു അർഥമാക്കിയിരുന്നത്. എന്നാൽ ഇന്ന് കാലാവസ്ഥാ പഠനശാസ്ത്രത്തിലെ നിർവചനപ്രകാരം മഴ കുറവായ ഇടമാണ് മരുഭൂമി. മരുഭൂമിയിൽ കോടിക്കണക്കിന് ആളുകൾ താമസിക്കുന്നുണ്ടാവാം. അറേബ്യൻ മരുഭൂമി തന്നെ നമുക്ക് ഉദാഹരണമായെടുക്കാം. വൻ നഗരങ്ങൾ അവിടെയുണ്ട്.

മരുഭൂമിയെ ശാസ്ത്രജ്ഞർ പലവിധത്തിലാണ് നിർവചിച്ചിരിക്കുന്നത്. നേരത്തേ പറഞ്ഞ പോലെ മഴ കുറവായ പ്രദേശം എന്നതാണ് പൊതുവായി എല്ലാവരും അംഗീകരിക്കുന്ന നിർവചനം. കുറച്ചുകൂടി വിശദമായി പറഞ്ഞാൽ, സസ്യജാലങ്ങൾക്ക് വളരാൻ ആവശ്യമായ മഴ ലഭിക്കാത്ത ഇടം. മഴയുടെ ലഭ്യതക്കുറവുകൊണ്ടുമാത്രം ഒരു പ്രദേശം മരുഭൂമിയായിക്കൊള്ളണമെന്നില്ല. അത് അവിടത്തെ ബാഷ്പീകരണത്തോതിനെക്കൂടി ആശ്രയിച്ചിരിക്കും, ബാഷ്പീകരണത്തോതാവട്ടെ, അവിടത്തെ ഊഷ്മാവിനെ ആശ്രയിച്ചും. ലഭ്യമായ മഴയുടെ എട്ടു മടങ്ങ് കൂടുതൽ ജലം സാധാരണയായി ഒരു മരുഭൂമിയിൽനിന്ന് ആവിയായി പോകുന്നു. പക്ഷെ ഇത് എല്ലാ മരുഭൂമിക്കും ബാധകമല്ല. അലാസ്കയിൽ മഞ്ഞ് ഉറഞ്ഞുകിടക്കുകയാണ്. ദക്ഷിണധ്രുവ മരുഭൂമിയായ അന്റാർട്ടിക്കയിലും കഥ വ്യത്യസ്തമല്ല. താപനില 0 ഡിഗ്രി സെൽഷ്യസിൽ താഴെയാകയാൽ നീരാവിയായി ഒരുതുള്ളി വെള്ളം പോലും നഷ്ടമാകുന്നില്ല. പകരം, അവിടത്തെ ജലം സസ്യങ്ങൾക്ക് ഉപയോഗിക്കാൻ കഴിയാത്ത വിധം ഉറച്ച് കട്ടിയായിരിക്കും. ചുരുക്കത്തിൽ, സാധാരണ സസ്യങ്ങൾക്കും ജന്തുക്കൾക്കും ജീവിക്കാൻ അനുയോജ്യമായ വിധത്തിൽ ജലലഭ്യതയില്ലാത്ത ഇടം എന്നുവേണമെങ്കിൽ മരുഭൂമിയെ നിർവചിക്കാം.

ഭൂമിയുടെ ആകെ കരഭാഗത്തിന്റെ മൂന്നിൽ ഒരുഭാഗം മരുഭൂമിയാണ്. ഇവിടെ സസ്യങ്ങളും ജീവജാലങ്ങളും കുറവാണ്. പലതരം മരുഭൂമികളുണ്ട്. ഊഷരമരുഭൂമികൾ, അർധോഷരഭൂമികൾ, തണുത്തുറഞ്ഞ മരുഭൂമികൾ......... ഇതുകൂടാതെ സമുദ്രനിരപ്പിൽ നിന്നുമുള്ള ഉയരം കണക്കാക്കുമ്പോൾ വ്യത്യസ്ത ഉയരത്തിൽ സ്ഥിതിചെയ്യുന്ന മരുഭൂമികൾ ഉണ്ട്. ചൈനയിലെ ക്വയഡാം മരുഭൂമി സമുദ്രനിരപ്പിൽനിന്നും 2600 മീറ്റർ ഉയരത്തിലാണ്. ടർപ്പൺ മരുഭൂമിയാകട്ടെ, 150 മീറ്റർ ഉയരത്തിലാണ്. ചില മരുഭൂമികൾ മണൽ നിറഞ്ഞതാണ്. ചിലത് പാറക്കെട്ടുകളും ഉരുളൻ കല്ലുകളും നിറഞ്ഞതാണ്. അത്തരം മരുഭൂമികളിൽ അവിടവിടങ്ങളിലായി സസ്യങ്ങൾ കാണുന്നു. പക്ഷെ ഒന്നു തീർച്ച, മരുഭൂമി വരണ്ടതായിരിക്കും. പച്ചപ്പ് തീരെ അപൂർവം.

എത്ര ചൂടുള്ള മരുഭൂമിയായാലും സൂര്യൻ അസ്തമിച്ചാൽ ഭൂമി പെട്ടെന്നു തണുക്കും. ചൂടിനെ തടുത്തുനിറുത്താൻ സസ്യാവരണം ഇല്ലല്ലോ. അതിനാൽ ചൂട് പെട്ടെന്നു തന്നെ പ്രതിഫലിച്ച് അന്തരീക്ഷത്തിലേക്ക് തിരിച്ച് പോകും.

ധാതുക്കളാൽ സമ്പന്നമാണ് മരുഭൂമികൾ. തികച്ചും വരണ്ട കാലാവസ്ഥയായതിനാൽ ഫോസിലുകൾ ഇവിടെ കേടുകൂടാതെയിരിക്കും.

മരുഭൂമികൾ ഉണ്ടാവുന്നത്

ആനന്ദിന്റെ പ്രശസ്തമായ ഒരു നോവലിന്റെ പേരാണ് ഇത്. സ്നേഹം, കാരുണ്യം തുടങ്ങിയ മാനുഷികഭാവങ്ങളുടെ നീരുറവ വറ്റി

പ്പോയി മനുഷ്യമനസുകൾ മരുഭൂമികളായി തീരുന്നതിനെക്കുറിച്ചാണ് ഈ നോവൽ.

മനുഷ്യമനസുകളിലെ നീരുറവകൾ വറ്റിവരണ്ട് മരുഭൂമികൾ ജനിക്കുന്നതുപോലെ ഭൂമിയിൽ നീരുറവകൾ വറ്റി വരണ്ടുപോവുകയോ ഇല്ലാതെ ഇരിക്കുകയോ ചെയ്യുന്ന ഇടമാണ് യഥാർഥ മരുഭൂമി. മരുഭൂമികൾ ഇങ്ങനെ വരണ്ട പ്രദേശമാകുന്നതിന് പല കാരണങ്ങൾ ഉണ്ട്. അവയിൽ പ്രധാനമായ ഒരു കാരണം മിക്കവാറും എല്ലാ മരുഭൂമികളും മഴനിഴൽ പ്രദേശത്താണ് എന്നതാണ്. സമുദ്രതീരത്തിന് അഭിമുഖമായി, മഴക്കാറ്റിന് അഭിമുഖമായി, നിൽക്കുന്ന മലനിരകൾ ഉള്ളിടത്ത് മലനിരകളുടെ മറുഭാഗത്ത് മഴ കുറവായിരിക്കും. ഇങ്ങനെ മഴ കുറവായതുകൊണ്ട് പച്ചപ്പും കുറവായിരിക്കും.

മറ്റൊരു കാരണം, മഞ്ഞുമൂടിക്കിടക്കുന്ന മലനിരകൾ ആണ്. ഇവിടെ ജലം ഉറഞ്ഞുകൂടിയിരിക്കും. ഇവിടെ സസ്യങ്ങൾക്ക് വളരാനാവില്ല. സസ്യശൂന്യമായ ഇത്തരം മരുഭൂമികൾ ധ്രുവപ്രദേശത്തു കാണുന്നു.

മനുഷ്യന്റെ ഇടപെടലുകളും മരുവൽക്കരണത്തിനു കാരണമാവാറുണ്ട്. കൃഷിക്കുവേണ്ടി അമിതമായി ഭൂമിയെ ഉപയോഗപ്പെടുത്തുമ്പോൾ മണ്ണിന്റെ ഗുണം നഷ്ടമാകുന്നു. ജലാംശത്തിന്റെ കുറവ്, ക്ഷാരഗുണം കൂടുക എന്നീ പ്രതിഭാസങ്ങൾ മൂലം മണ്ണ് സസ്യവളർച്ചയ്ക്ക് അനുയോജ്യമല്ലാതായിത്തീരുന്നു.

മറ്റൊന്ന് കാറ്റുകളുടെ സ്വാധീനമാണ്. ശക്തമായ കാറ്റുകൾ മേൽമണ്ണിനെ നീക്കം ചെയ്യുകയും മണ്ണിലെ ജലാംശത്തെ പിടിച്ചുനിറുത്താനാവാതെയും വരുന്നു. ഇത് വല്ലാത്ത വിഷമവൃത്തത്തിലേക്കാണ് ആ പ്രദേശത്തെ പിന്നീട് നയിക്കുന്നത്. കാലാവസ്ഥയിൽ വലിയ മാറ്റം വരും. മഴയുടെ തോത് വീണ്ടും കുറയും .ക്രമേണ അവിടം ഒരു മരുഭൂമിയായി മാറും. ഇതേ അവസ്ഥയാണ് മഴ മൂലം മണ്ണൊലിപ്പ് ഉണ്ടായാലും സംഭവിക്കുന്നത്. മരങ്ങൾ നശിപ്പിക്കുന്നത് മൂലവും കന്നുകാലികളുടെ എണ്ണം വർധിക്കുന്നത് മൂലവും പുൽമേടുകൾ അപ്രത്യക്ഷമാവുന്നു. അതോടെ മണ്ണൊലിപ്പിന് ആക്കം കൂടുന്നു. വിറകിനായും വാണിജ്യാവശ്യത്തിനായും മനുഷ്യൻ വിവേകമില്ലാതെ കാടുകൾ വെട്ടി നശിപ്പിക്കുന്നു. ഇത് ഫലഭൂയിഷ്ഠമായ മേൽമണ്ണ് ഒലിച്ചുപോയി അവിടെ മരുപ്പറമ്പായി മാറുന്നതിന് ഇടയാവുന്നു.

സസ്യാവരണമില്ലാത്ത ഒരു പ്രദേശത്ത് മഴ നേരിട്ട് ശക്തിയായി പെയ്യുമ്പോൾ മഴവെള്ളത്തോടൊപ്പം പശിമയുള്ള മേൽമണ്ണ് ഒലിച്ചുപോയി മണൽ അവശേഷിക്കുന്നു. അതോടെ ജലം ശേഖരിച്ചു വയ്ക്കാനുള്ള മണ്ണിന്റെ കഴിവ് നഷ്ടമാകുന്നു. കൂടുതൽ ജലം ഒഴുകിപ്പോകുന്നതിനും അതോടൊപ്പം കൂടുതൽ മണ്ണൊലിപ്പ് ഉണ്ടാകുന്നതിനും ഇത് കാരണമാകുന്നു.

വർഷങ്ങളുടെ പ്രവർത്തനഫലമായാണ് മരുഭൂമികൾ രൂപംകൊള്ളുന്നത്. ചിലയിടങ്ങളിൽ മരുഭൂമിയുടെ അതിരുകൾ നിർവചിക്കാനാവും.

ചിലയിടങ്ങളിൽ അത് അർധമരുഭൂമിയിലേക്കും ക്രമേണ പച്ചപ്പിലേക്കും നീങ്ങുന്നു. ഇവിടെ അതിരുകൾ നിർവചിക്കുക ബുദ്ധിമുട്ടാണ്. ഇത്തരം സംക്രമണപ്രദേശങ്ങൾ വളരെ ദുർബലമായിരിക്കും. ഇവിടെ സമ്മിശ്ര കാലാവസ്ഥയായിരിക്കും. പച്ചപ്പ് പൊടിക്കാറ്റിനെ തടഞ്ഞു നിറുത്തുന്നു. മഴയ്ക്കുശേഷം ഈ പ്രദേശം മരുഭൂമിയെക്കാൾ തണുത്തിരിക്കും. ഇത്തരം പ്രദേശങ്ങളിൽ മനുഷ്യരുടെ ഇടപെടലുകൾ പരിസ്ഥിതിവ്യൂഹത്തെ സമ്മർദത്തിലാക്കുന്നു. സഹനത്തിനുമപ്പുറത്തേക്ക് ഇടപെടലുകൾ രൂക്ഷമാകുമ്പോൾ അത് ഭൂമിയെ മരുവൽക്കരണത്തിലേക്ക് നയിക്കുന്നു. ഫലഭൂയിഷ്ഠമായ ഒരു പ്രദേശം ക്രമേണയാണ് മരുവൽക്കരണത്തിന് വിധേയമാകുന്നത്.

1

പലതരം മരുഭൂമികൾ

ഭൂമിയുടെ അഞ്ചിൽ ഒരുഭാഗം മരുഭൂമിയാണ്. ഇവയ്ക്കെല്ലാം ഒരേ സ്വഭാവമാണെന്നു കരുതരുത്. ഒരേ ഭൂപ്രകൃതിയും ഒരേ കാലാവസ്ഥ യുമല്ല. വ്യത്യാസങ്ങൾ കണക്കിലെടുത്ത് മരുഭൂമികളെ നാലായി തിരി ച്ചിട്ടുണ്ട്. ഊഷര മരുഭൂമി, അർധോഷരമരുഭൂമി, തീരമരുഭൂമി, ശീതമരു ഭൂമി. ഇവയിലോരോന്നിനും ചില ഉപവിഭാഗങ്ങൾ ഉണ്ട്. ഉദാഹരണമായി, ശീതമരുഭൂമിയിൽത്തന്നെ പർവത മരുഭൂമി, ധ്രുവ മരുഭൂമി, അർധമരു ഭൂമി എന്നിങ്ങനെ ഉപവിഭാഗങ്ങൾ ഉണ്ട്.

ഊഷരമരുഭൂമി

ചൂടുള്ളതും വരണ്ടതുമായ ഈ മരുഭൂമികൾ സമുദ്രനിരപ്പിൽനിന്നും അധികം ഉയരത്തിലല്ല. ഇവിടെ എല്ലാക്കാലത്തും ചൂട് അനുഭവപ്പെടുന്നു. വേനൽക്കാലത്ത് കടുത്ത ചൂടും. അറേബ്യൻ മരുഭൂമി ഊഷരമരുഭൂമിക്ക് ഉത്തമോദാഹരണമാണ്.ആസ്ട്രേലിയയിലെ ഗ്രേറ്റ് സാൻഡി, വിക്ടോ റിയ, സിംപ്സൺ, ഗിബ്സൺ, വടക്കെ അമേരിക്കയിലെ ചിഹ്വാഹാൻ, മൊജാവേ, സൊനാരൻ, ആഫ്രിക്കയിലെ കൽഹാരി, സഹാറ, തെക്കേ അമേരിക്കയിലെ മൗട്ടേ, ഇന്ത്യയിലെ താർ എന്നിവ ഊഷരമരുഭൂമിക ളാണ്.

ജലാംശത്തിന്റെ സാന്നിധ്യം ഇല്ലാത്തതിനാൽ കഠിനമായ ചൂട് അനു ഭവപ്പെടുന്നു എന്നതാണ് ഇത്തരം മരുഭൂമികളുടെ പ്രധാന സവിശേഷത. ജലാംശമാണ് ഭൂമിയെ തണുപ്പിക്കുന്നത്. സസ്യജാലങ്ങളുടെ അഭാവ മാണ് മറ്റൊരു കാരണം. സസ്യങ്ങൾ ഒരു കുടപോലെ ഭൂമിയെ സംര ക്ഷിക്കുന്നു. അവയുടെ അഭാവത്തിൽ സൂര്യന്റെ ചൂട് നേരിട്ട് ഭൂമിയിൽ പതിക്കുന്നു. അത് ഭൂമിയെയും അന്തരീക്ഷത്തെയും വളരെയധികം

ലോകത്തിലെ ഊഷരമരുഭൂമികൾ

സ്ഥലം	വലിപ്പം	ഭൂപ്രകൃതി പ്രത്യേകതകൾ	സസ്യങ്ങൾ, ജന്തുക്കൾ	സവിശേഷതകൾ
അറേബ്യൻ ഉപഭൂഖണ്ഡം	23,00,000 ചതുരശ്ര കിലോമീറ്റർ	മണൽ മൂടിയ പ്രദേശം. ലോകത്ത് ഏറ്റവും കൂടുതൽ മണൽത്തിട്ടകൾ ഇവിടെയാണ്.	അക്കേഷ്യ, സാൾട്ട്ബുഷ്, കള്ളിച്ചെടികൾ, ഒട്ടകം, ചെറുമാനുകൾ, പല്ലികൾ, കുറുക്കൻ മുതലായവ.	ഊരുതെണ്ടികളായ ബെഡൗയിൻ ആദിവാസികൾ ആയിരക്കണക്കിന് വർഷങ്ങൾക്കു മുമ്പ് മരുഭൂമിയിലൂടെ സഞ്ചരിച്ചിരുന്നു.
ഗ്രേറ്റ് സാൻഡി, വിക്ടോറിയ, സിംപ്സൺ, ഗിബ്സൺ, സ്റ്റുവേർട്ട് (ആസ്ട്രേലിയ)	ആസ്ട്രേലിയൻ ഭൂഖണ്ഡത്തിന്റെ മൂന്നിൽ ഒരു ഭാഗം 2,300,000 ചതുരശ്ര കിലോമീറ്റർ	ഗ്രേറ്റ് സാൻഡി, വിക്ടോറിയ, സിംപ്സൺ എന്നിവ മണൽ നിറഞ്ഞതും ഗിബ്സൺ, സ്റ്റുവേർട്ട് എന്നിവ പാറ നിറഞ്ഞതുമാണ്.	അക്കേഷ്യ, യൂക്കാലിപ്റ്റസ്, സാൾട്ട് ബുഷ്, സ്പെനിഫെക്സ് പുല്ലുകൾ, നീലനാക്കുള്ള പല്ലി, ഡിങ്കോ, തടിച്ച നാക്കുള്ള ചുണ്ടെലി, കങ്കാരു, മുയലുകൾ മുതലായവ.	3000 വർഷത്തിലേറെയായി ആദിവാസികൾ ഇവിടെ താമസിക്കുന്നു.
ചിഹ്വാഹാൻ (വടക്കേ അമേരിക്ക)	3,62,600 ചതുരശ്ര കിലോമീറ്റർ	ഉയർന്ന പീഠഭൂമി, കല്ല് നിറഞ്ഞ പ്രദേശം, പല പർവതങ്ങളും	കള്ളിച്ചെടികൾ, അക്കേഷ്യ, ചിഹ്വാഹാൻ ഫ്ലെക്സ്, കുറ്റിച്ചെടികൾ, മെക്സിക്കൻ ഗോൾഡ്, പോപ്പി, ഉരഗവർഗത്തിൽപ്പെടുന്ന പാമ്പുകൾ, പല്ലികൾ, കങ്കാരു, എലികൾ.	വടക്കേ അമേരിക്കയിലെ ഏറ്റവും വലിയ മരുഭൂമി. ബിഗ്ബെൻഡ് നാഷണൽ പാർക്ക് ഇവിടെയാണ്. ഈ ദേശീയ പാർക്കിൽ ധാരാളം പക്ഷികൾ ഉണ്ട്.

കലഹാരി (ആഫ്രിക്കയുടെ തെക്കു പടിഞ്ഞാറ് ഭാഗം)	5,20,000 ചതുരശ്ര കിലോമീറ്റർ	മണൽക്കൂനകളും ചരൽക്കല്ലുകളും നിറഞ്ഞ സമതലങ്ങളും.	അക്കേഷ്യ, പലതരം പുല്ലുകൾ ചെറുതരം മാനുകൾ, അണ്ണാൻ, കഴുതപ്പുലി, കുറുക്കൻ, മണൽ പെരുച്ചാഴികൾ.	ആയിരക്കണക്കിന് വർഷങ്ങളായി ബുഷ്മാൻ എന്നറിയപ്പെടുന്ന ആദിവാസികൾ ഇവിടെ താമസിക്കുന്നു.
മൊജേവ് (അമേരിക്കൻ ഐക്യനാടുകളുടെ തെക്കു പടിഞ്ഞാറു ഭാഗത്ത്)	65,000 ചതുരശ്ര കിലോമീറ്റർ	മണൽ നിറഞ്ഞപ്രദേശം, ഉപ്പു നിറഞ്ഞ സമതലങ്ങൾ.	കുറ്റിച്ചെടികൾ, ജോഷാ വൃക്ഷങ്ങൾ, അയേൺ വുഡ്	'മരണത്തിന്റെ താഴ്‌വര' എന്നറിയപ്പെടുന്ന പ്രദേശം ഈ മരുഭൂമിയിലാണ്.
മോൺടേ (അർജന്റീന)	3,25,000 ചതുരശ്ര കിലോമീറ്റർ	മണലും മണ്ണും നിറഞ്ഞ പ്രദേശം.	കള്ളിച്ചെടികൾ, ക്രിയോസൊട്ടെ കുറ്റിച്ചടികൾ.	സൊനാരൻ മരുഭൂമിയോട് വളരെ സാദൃശ്യമുള്ളതാണ്.
സഹാറ (വടക്കൻ ആഫ്രിക്ക)	94,00,000 ചതുരശ്ര കിലോമീറ്റർ	പാറക്കെട്ടുകളും മലനിരകളും നിറഞ്ഞ പ്രദേശം. ഉപ്പ് നിറഞ്ഞ സമതലങ്ങൾ മണൽ ക്കൂനകൾ.	അക്കേഷ്യ, പുല്ലുകൾ, മാനുകൾ, കുറുക്കൻ, അണലിപ്പാമ്പ്, മണൽ പെരുച്ചാഴി, പല്ലികൾ.	ലോകത്തിലെ ഏറ്റവും വലിയ മരുഭൂമി. രണ്ടുകോടിയോളം ഊരുതെണ്ടികൾ ഇവിടെ ജീവിക്കുന്നു.
സൊനാരൻ (അമേരിക്കൻ ഐക്യനാടുകളുടെ തെക്ക് പടിഞ്ഞാറ് ഭാഗം)	3,12,000 ചതുരശ്ര കിലോമീറ്റർ	മണലും മണ്ണും നിറഞ്ഞ പ്രദേശങ്ങൾ, ചരൽക്കല്ലു നിറഞ്ഞ പ്രദേശം.	കുറ്റിച്ചെടികൾ, കള്ളിച്ചെടികൾ, മരിപ്പോസ ലില്ലി, പാലോ പെർദെ എന്നിവ സമൃദ്ധമായി വളരുന്നു. മൂങ്ങകൾ, കങ്കാരു എലികൾ, പാക്ക് എലികൾ.	മറ്റേതൊരു മരുഭൂമിയെക്കാളും വൈവിധ്യമേറിയ സസ്യജാലങ്ങൾ ഇവിടെയുണ്ട്. ലോകത്തിലെ ഏറ്റവും മനോഹരമായ മരുഭൂമി.

അറേബ്യൻ മരുഭൂമി

ചൂടുള്ളതാക്കുന്നു. മണൽ ചുട്ടുപഴുക്കുന്നതുകൊണ്ടാണ് താപനില ഉയർന്നിരിക്കുന്നത് എന്നൊരു ധാരണയുണ്ട്. അത് ശരിയല്ല. കറുത്ത മണ്ണായാലും ചുട്ടുപഴുക്കും, ചൂട് കൂടും.

ഊഷരഭൂമിയിലെ താപനില 43.5 ഡിഗ്രി സെൽഷ്യസ് മുതൽ 49 ഡിഗ്രി സെൽഷ്യസ് വരെ ഉയരാറുണ്ട്. എന്നാൽ ഇവിടെ രാത്രി നല്ല തണുപ്പായിരിക്കും. ഉണങ്ങി വരണ്ട ഭൂമിക്ക് താപനില പിടിച്ചുനിറുത്താനാവില്ല. പകൽ മുഴുവൻ ഉൾക്കൊണ്ട താപത്തെ പെട്ടെന്ന് പ്രതിഫലിപ്പിച്ച് കളയുന്നതിനാൽ അന്തരീക്ഷം പെട്ടെന്ന് തണുക്കുന്നു. അതിനാൽ രാത്രിയിലെ താപനില 18 ഡിഗ്രി സെൽഷ്യസ് വരെ താഴുന്നു. പ്രതിഫലനത്തോത് കൂടുന്നതിന് ഹരിതഗൃഹവാതകമായ കാർബൺ ഡൈ ഓക്സൈഡിന്റെ സാന്നിധ്യക്കുറവും ഒരു കാരണമാണ്.

ഇവിടെ മഴ വളരെ കുറവായിരിക്കും. വർഷങ്ങളായി മഴ ലഭിക്കാത്ത മരുഭൂമികളും ഉണ്ട്. ഉയർന്ന തോതിലുള്ള ബാഷ്പീകരണവും മഴയുടെ കുറവും മണ്ണിനെ കൂടുതൽ വരണ്ടതാക്കുന്നു. ചിലയിടങ്ങളിൽ പെയ്യുന്ന

മഴ ഭൂമിയിലെത്താറില്ല! അവ അന്തരീക്ഷത്തിൽ വച്ചുതന്നെ നീരാവിയായി ത്തീരും.

ബുഷ്മാൻ

ഊഷരഭൂമികളുടെ കൂട്ട ത്തിൽ മണൽ നിറഞ്ഞ മരു ഭൂമികളും പാറക്കെട്ടുകൾ നിറഞ്ഞ മരുഭൂമികളും ഉണ്ട്. അറേബ്യൻ മരുഭൂമി ഗ്രേറ്റ് സാൻഡി, വിക്ടോറിയ, സിംപ്സൺ എന്നിവ മണൽ നിറഞ്ഞ മരുഭൂമികളാണ്. ഗിബ്സൺ, സ്റ്റുവർട്ട് എന്നി വ പാറകൾ നിറഞ്ഞവയാ ണ്. വടക്കേ അമേരിക്കയി ലെ ചിഹ്വാഹാൻ കല്ല് നിറഞ്ഞ പ്രദേശമാണ്.

അന്തരീക്ഷം വളരെ ഊഷരമായതിനാൽ ഇവിടെ സസ്യങ്ങളും ജന്തുക്കളും പൊതുവെ കുറവാണ്. അക്കേഷ്യ, സാൾട്ട് ബുഷ്, യൂക്കാ ലിപ്റ്റ്സ്, കള്ളിച്ചെടികൾ, പലതരം കുറ്റിച്ചെടികൾ എന്നിവയാണ് പൊതുവെ ഊഷരഭൂമിയിൽ കണ്ടുവരുന്ന സസ്യങ്ങൾ. നിലത്ത് മാള ങ്ങൾ ഉണ്ടാക്കി ജീവിക്കുന്ന ജീവികളെ ഇവിടെ കണ്ടുവരുന്നു. രാത്രി കാലങ്ങളിൽ ഇരതേടുന്ന ഇവ പകൽ മുഴുവൻ മാളത്തിൽ കഴിയുന്നു. കൂടാതെ ഒട്ടകം, പലതരം പല്ലികൾ, പെരുച്ചാഴി, മുയലുകൾ, പാമ്പു കൾ, എലികൾ എന്നിവയും ഉണ്ട്. ഊഷരമരുഭൂമിയിൽ വച്ച് ഏറ്റവും വൈവിധ്യമാർന്ന സസ്യജന്തുജാലങ്ങൾ ഉള്ളത് അമേരിക്കൻ ഐക്യ നാടുകളിലെ മരുഭൂമിയായ സൊനാരൻ മരുഭൂമിയിലാണ്.

ഊരുതെണ്ടികളായ ആദിവാസികൾ അറേബ്യൻ മരുഭൂമിയിൽ പുരാതന കാലം മുതൽ സഞ്ചരിച്ചു വന്നു. പെട്രോൾ കണ്ടുപിടിച്ചതോടെ വൻ നഗരങ്ങൾ ഈ മരുഭൂമികളിൽ ഉയർന്നുവന്നു. ആസ്ട്രേലിയയിലെ ഊഷരമരുഭൂമികളിലെ താമസക്കാർ അവിടത്തെ ആദിവാസികളാണ്. മൂവായിരം വർഷങ്ങളായി അവർ അവിടത്തെ താമസക്കാരാണ്. ബുഷ്മാൻ വിഭാഗത്തിൽപ്പെടുന്ന ആദിവാസികൾ പണ്ടുമുതലേ കൽഹാരി മരുഭൂമിയിൽ താമസിക്കുന്നു.

അർധോഷര മരുഭൂമികൾ

ഊഷര മരുഭൂമികളെപ്പോലെ ഇവിടെയും വേനൽക്കാലം നീണ്ടതാ ണ്. കാലാവസ്ഥ വരണ്ടതാണ്. തണുപ്പുകാലത്ത് വളരെക്കുറച്ചു മഴ ലഭിക്കും. 21 ഡിഗ്രി സെൽഷ്യസ് മുതൽ 27 ഡിഗ്രി സെൽഷ്യസ് വരെ

അർധോഷര മരുഭൂമികൾ

സ്ഥലം	വലിപ്പം	ഭൂപ്രകൃതി പ്രത്യേകതകൾ	സസ്യങ്ങൾ, ജന്തുക്കൾ	സവിശേഷതകൾ
ടെബർനാസ് (യൂറോപ്പ്)	280 ചതുരശ്ര കിലോ മീറ്റർ	മണലും ചരലും വെണ്ണക്കല്ലും നിറഞ്ഞ ഭൂപ്രകൃതി.	സിലാവൻഡ ടോഡാ, ഫ്ലാക്സ് ലിനാരിയ, മാംസളമായ ഇലകളോടു കൂടിയ സസ്യങ്ങൾ, ഉരഗങ്ങൾ പല്ലി, പക്ഷികൾ.	ഫെബ്രുവരി മുതൽ ജൂലൈ വരെ മാസങ്ങളിൽ പൂവണിയുന്ന ഒരു പ്രത്യേകതരം വൃക്ഷം ഉണ്ട്.
ഡെലി ബ്ലാസ്റ്റക്ക പെസ്കാര (യൂറോപ്പ്)	27,598,39 ഹെക്റ്റർ	മണൽ നിറഞ്ഞ പ്രദേശം.	പൈൻ മരങ്ങൾ, ജൂണിപെർ മരങ്ങൾ.	പാനേഷ്യൻ കടൽ പിൻവാങ്ങിയപ്പോൾ ഉണ്ടായതാണ്.
കലഹാരി (ആഫ്രിക്ക)	5,20,000 ചതുരശ്ര കിലോ മീറ്റർ	മണൽ നിറഞ്ഞ പ്രദേശം. മണൽത്തിട്ടകൾ ഉണ്ട്. ചുവന്ന മണലാണ്.	അക്കേഷ്യ, പുല്ലുവർഗത്തിൽപ്പെടുന്ന സസ്യങ്ങൾ, ഒട്ടകപ്പക്ഷി.	കുരുവിയോട് സാദൃശ്യമുള്ള തുന്നാരൻ പക്ഷിയുടെ വലിയ കൂടുകൾ ഇവിടത്തെ വൃക്ഷങ്ങളിൽ കാണുന്നു.
നമീബ് (ആഫ്രിക്ക)	80,900 ചതുരശ്ര കിലോ മീറ്റർ	മണൽക്കൂനകൾ, ഇളം ചുവപ്പ് മുതൽ ഓറഞ്ച് നിറത്തിൽ വരെ കാണുന്നു.	നാടപോലെ ഇലകളുള്ള വെൻവിറ്റ്ചിയ എന്ന കുറ്റിച്ചെടി, ഒട്ടകപ്പക്ഷി, മാനുകൾ	മണലിന്റെ നിറവ്യത്യാസമാണ് ഈ മരുഭൂമിയുടെ സവിശേഷത.

യാണ് ഇവിടത്തെ ശരാശരി താപനില. താപനില 38 ഡിഗ്രി സെൽഷ്യസിൽ കൂടാറില്ല. വൈകുന്നേരങ്ങളിൽ താപനില 0 ഡിഗ്രി സെൽഷ്യസിനു താഴെയായിരിക്കും. ഇങ്ങനെ താപനില കുറയുന്നത് ഇവിടത്തെ ജന്തുജാലങ്ങൾക്ക് അനുഗ്രഹമാണ്. കാരണം, ഇവ രാത്രി കാലങ്ങളിൽ ഇര തേടുന്നു. പകൽ മുഴുവൻ മാളങ്ങളിൽ കഴിയുന്നതിനാൽ വിയർക്കലിലൂടെ ജലാംശം നഷ്ടപ്പെടില്ല. ഉത്ന, മോൺടാന, ഗ്രേറ്റ് ബേസിൻ എന്നിവ അർധോഷര മരുഭൂമികളാണ്.

കാലിഫോർണിയൻ ത്രാഷർ

മഴ കൂടുതൽ ഉള്ളത് കൊണ്ടാവാം, ഊഷരമരുഭൂമികളെ അപേക്ഷിച്ച് ഉപ്പ് അടിയൽ ഇവിടെ കുറവാണ്. മണൽ നിറഞ്ഞ മരുഭൂമികളും പാറക്കെട്ടുകൾ നിറഞ്ഞ മരുഭൂമികളും കല്ലുകൾ നിറഞ്ഞ മരുഭൂമികളും ഈ ഉപവിഭാഗത്തിൽ ഉണ്ട്.

വൈവിധ്യമാർന്ന ജന്തുജാലങ്ങളെ ഇവിടെ കണ്ടുവരുന്നു. മുള്ളുകൾ നിറഞ്ഞ, ഇലകളില്ലാത്ത ചെടികളാണ് ഇവിടത്തെ പരിസ്ഥിതിക്ക് അനുയോജ്യമായിട്ടുള്ളത്. ഇലകൾ ഇല്ലാത്തതിനാൽ ജലാംശം ബാഷ്പീകരണത്തിലൂടെ അൽപ്പം പോലും നഷ്ടപ്പെടില്ല. ചില ചെടികളിൽ മുള്ളുകൾക്ക് പകരം രോമങ്ങളാണ് ബാഷ്പീകരണം തടയാനുള്ള ആവരണമായി കാണപ്പെടുന്നത്. സൂര്യതാപത്തെ വർധിച്ച തോതിൽ പ്രതിഫലിപ്പിക്കാൻ കഴിയുന്ന തിളങ്ങുന്ന ഇലകളാണ് ഇവിടത്തെ ചെടികൾക്കുള്ളത്. ഇവയ്ക്ക് വൃത്തികെട്ട മണവും രുചിയുമാണ്.

പകൽസമയങ്ങളിൽ ജീവികൾ ഈ ചെടികൾക്ക് ചുവട്ടിൽ തണൽ തേടിയെത്തുന്നു. മുയൽവർഗത്തിൽപ്പെടുന്ന ജാക്ക് റാബിറ്റ് കുറ്റിച്ചെടികളുടെ നിഴലുകൾ മാറുന്നതിനനുസരിച്ച് തന്റെ വിശ്രമസ്ഥാനം മാറുന്നു. ചൂടുള്ള കാലാവസ്ഥയായതിനാൽ പല ജീവികളും ഭൂമിക്കടിയിൽ മാളങ്ങളുണ്ടാക്കി ജീവിക്കുന്നു. കങ്കാരു എലികൾ, മുയലുകൾ, പുൽച്ചാടികൾ, ഉറുമ്പുകൾ, പാമ്പുകൾ, പല്ലികൾ എന്നിവയെല്ലാം ഇങ്ങനെ ജീവിക്കുകയാണ്. ദുർഗന്ധം വമിപ്പിക്കുന്ന സ്കൻക്സ് എന്ന ഒരു പ്രത്യേക തരം മൃഗത്തെ ഇത്തരം മരുഭൂമികളിൽ കണ്ടുവരുന്നു. മൂങ്ങ, കാലിഫോർണിയൻ ത്രാഷർ എന്നീ പക്ഷിവർഗങ്ങളെയും അർധോഷര മരുഭൂമിയിൽ കണ്ടുവരുന്നു. അർധോഷര മരുഭൂമികൾക്ക് ചില ഉദാഹരണങ്ങൾ താഴെ പട്ടികയിൽ കൊടുത്തിരിക്കുന്നു.

തീരദേശ മരുഭൂമികൾ

തീരദേശ മരുഭൂമികൾ ഉഷ്ണമേഖലയിലും മിതോഷ്ണമേഖലയിലും വ്യാപിച്ചുകിടക്കുന്നു. കാഠിന്യമേറിയ ചൂട് അനുഭവപ്പെടുന്ന പ്രദേശം മുതൽ താരതമ്യേന ചൂട് കുറഞ്ഞ പ്രദേശം വരെ ഉൾപ്പെടുന്ന അറ്റക്കാമ മരുഭൂമിയാണ് ഇതിന് ഉദാഹരണമായി ചൂണ്ടിക്കാട്ടാനുള്ളത്.

തീരദേശ മരുഭൂമികൾ

പേരും സ്ഥാനവും	വലിപ്പം	ഭൂഘടന	സസ്യങ്ങൾ, ജന്തുക്കൾ	പ്രത്യേകതകൾ
അറ്റക്കാമ (തെക്കേ അമേരിക്ക)	14000 ചതുരശ്ര കിലോമീറ്റർ	മണൽക്കൂന കളും വെള്ളാ രങ്കല്ലുകളും നിറഞ്ഞ, ഭൂമി യിലെ ഏറ്റവും വരണ്ട പ്രദേശം.	കള്ളിച്ചെടി കൾ, ടമാറുഗ മരങ്ങൾ, പല്ലികൾ, ലാമ, കുറുക്കൻ, കടൽപ്പക്ഷികൾ.	വെടിമരുന്ന് ഉണ്ടാക്കാൻ ഉപയോഗിക്കുന്ന സോഡിയം നൈട്രേറ്റിന്റെ ശേഖരം ഇവിടെയുണ്ട്.
ഗോബി (ഏഷ്യ)	12,00,000 ചതുരശ്ര കിലോമീറ്റർ	മണൽ നിറഞ്ഞ പ്രദേ ശം. ഗോബി എന്നു വിളി ക്കുന്ന ചെറു തരം കല്ലുകൾ ധാരാളം ഉണ്ട്.	കാമൻത്രോൺ പുല്ലുകൾ. ഒട്ടകം, ചെറു തരം മാനുകൾ, പല്ലികൾ, കുറുക്കൻ.	മാർക്കോപോളോ ഈ മരുഭൂമി പല പ്രാവശ്യം മുറിച്ചു കടന്നു.
ഗ്രേറ്റ് ബേസിൻ (അമേരിക്ക യുടെ പടി ഞ്ഞാറ്)	4,11,000 ചതുരശ്ര കിലോമീറ്റർ	മണലും ചരൽ ക്കല്ലും കളി മണ്ണും നിറ ഞ്ഞത്. മലനിര കൾ, താഴ്വര കൾ, പരന്ന ഉപ്പുപാടങ്ങൾ.	ഗ്രീസ്‌വുഡ്, സേജ് ബുഷ്, ജാക്ക് റാബിറ്റ്, പോക്കറ്റ് മൗസ്, മാനുകൾ, പല്ലികൾ.	ഗ്രേറ്റ് സാൾട്ട് തടാകം ഇവിടെയാണ്.
സൗത്ത് ഇറാനിയൻ അബോ-സിന്ധ്യ മരുഭൂമി- (ഏഷ്യ)	390,900 ചതുരശ്ര കിലോമീറ്റർ	ചാരനിറമാർന്ന മണ്ണ്, കല്ലു കൾ നിറഞ്ഞ പാറകൾ, ഉപ്പുപാറകൾ.	പുല്ലുകൾ, കുറ്റിച്ചെടികൾ, മോണിറ്റർ, പല്ലികൾ, തേളുകൾ.	ലോകത്തിലേക്കു വച്ച് ഏറ്റവും വലിയ ഉപ്പുസമ തലം ഇവിടെയാണ്.
നമീബ് (ആഫ്രിക്ക യുടെ തെക്ക് പടിഞ്ഞാറൻ തീരത്ത്)	80,900 ചതുരശ്ര കിലോമീറ്റർ	കടൽത്തീരത്ത് മണൽക്കൂമ്പാര ങ്ങളും ഉൾഭാഗ ത്ത് ചരൽക്ക ല്ലുകളും.	ബ്രഞ്ച് പുല്ലുകൾ, വെൽവിറ്റ്ചിയ, പല്ലികൾ, കുറുക്കൻ,	നമീബ് മരുഭൂമിയുടെ തീരപ്രദേശത്തു നിന്ന് ധാരാളം രത്നങ്ങൾ കുഴിച്ചെടുക്കുന്നു.

			മരുഭൂമിപ്പാമ്പുകൾ.	
തക്ല മകാൻ (ചൈനയുടെ പടിഞ്ഞാറ് ഭാഗത്ത്.)	3,37,000 ചതുരശ്ര കിലോമീറ്റർ	മണൽക്കൂമ്പാരങ്ങളും പാറക്കെട്ടുകളും.	പുല്ലുകളും കുറ്റിച്ചെടികളും. ഒട്ടകം, ചെറുമാനുകൾ.	തക്ലാമകാൻ എന്ന വാക്കിനർഥം തിരിച്ചു കിട്ടാത്ത ഇടം എന്നാണ്.
അന്റാർട്ടിക്ക (ഏഷ്യ)	14,00,000 ചതുരശ്ര കിലോമീറ്റർ	ഈ ഭൂഖണ്ഡത്തിൽ 98% മഞ്ഞാണ്. 2% പാറക്കെട്ടുകൾ മാത്രമാണ് ഉള്ളത്.	പെൻഗ്വിനുകൾ, സീലുകൾ, തിമിംഗലങ്ങൾ, പക്ഷികൾ, ആൽഗകൾ, പലതരം പായലുകൾ.	ഈ പ്രദേശം ആരുടെയും അധീനതയിലല്ല.
ആർട്ടിക് മരുഭൂമി	1,61,400 ചതുരശ്ര കിലോമീറ്റർ	മഞ്ഞ് മൂടിയ ദ്വീപുകളും മലപോലെ നിൽക്കുന്ന ഹിമാനികളും.	ചണ്ടികൾ, പായലുകൾ, പൂപ്പൽച്ചെടികൾ, കടൽപ്പക്ഷികൾ, അറ്റ്ലാന്റിയ പഫിൻ.	ജൂൺ മാസത്തിൽ 24 മണിക്കൂറും സൂര്യപ്രകാശം ലഭിക്കുന്നു.

തണുത്ത ശിശിരത്തിനുശേഷം നീണ്ട വേനൽക്കാലം ഇവിടെ അനുഭവപ്പെടുന്നു. വേനൽക്കാലത്തെ അന്തരീക്ഷോഷ്മാവ് 13 ഡിഗ്രി സെൽഷ്യസ് മുതൽ 24 ഡിഗ്രി സെൽഷ്യസ് വരെയാണ്. കടുത്ത വേനലിൽ ചൂട് 35 ഡിഗ്രി സെൽഷ്യസ് വരെ ഉയരാറുണ്ട്. എന്നാൽ തണുപ്പുകാലത്ത് 5 ഡിഗ്രി സെൽഷ്യസോ അതിൽ താഴെയോ ആണ് താപനില. – 4 ഡിഗ്രി സെൽഷ്യസ് വരെ താപനില താണുപോയ അവസരങ്ങൾ ഉണ്ടായിട്ടുണ്ട്. ദക്ഷിണാർധഗോളത്തിലെ അറ്റക്കാമ മരുഭൂമിയിൽ തണുപ്പുകാലത്ത് 20 ഡിഗ്രി സെൽഷ്യസ് മുതൽ 5 ഡിഗ്രി സെൽഷ്യസ് വരെയാണ് ശരാശരി താപനില. ജൂലൈ മാസത്തിലാണ് അവരുടെ തണുപ്പുകാലം. ജനുവരി, ഡിസംബർ മാസം ചൂടുകാലമാണ്. അപ്പോൾ താപനില 21 ഡിഗ്രി സെൽഷ്യസ് മുതൽ 25 ഡിഗ്രി സെൽഷ്യസ് വരെയാകും. മിക്ക തീരദേശ മരുഭൂമികളിലും 8 സെന്റീമീറ്റർ മുതൽ 13 സെന്റീമീറ്റർ വരെ വാർഷിക വർഷപാതം ലഭിക്കാറുണ്ട്. ഏറെക്കാലത്തെ കണക്കു പരിശോധിക്കുമ്പോൾ 37 സെന്റീമീറ്റർ മഴയാണ് റെക്കോർഡ് മഴ.

അധികം ക്ഷാരതയില്ലാത്ത മിനുസമുള്ള മണ്ണാണ് തീരദേശ മരുഭൂമിയിൽ ഉള്ളത്. നല്ലവണ്ണം ജലവാർച്ചയുണ്ട്. ഇവിടെ വളരുന്ന ചില ചെടികൾക്ക് വിസ്തൃതമായ വേരുപടലമുണ്ട്. അതിനാൽ മഴപെയ്താൽ

മുഴുവൻ ജലവും വലിച്ചെടുത്ത് ഉപയോഗിക്കാനാകും. നല്ല തടിച്ച ഇലകളും തണ്ടുകളുമുള്ള ചെടികളാണ് ഇവിടെയുള്ളത്. അതിനാൽ വേനൽക്കാലത്തേക്ക് ആവശ്യമായ ജലം മാംസളമായ ശരീരത്തിൽ ശേഖരിച്ചു വയ്ക്കാനാകും. ചില ചെടികളുടെ കാണ്ഡത്തിൽ കുറുകെ വരമ്പുകളും പൊഴികളും ഉണ്ടാകും. വെള്ളം ലഭ്യമാകുന്ന കാലത്ത് കാണ്ഡം ജലം വലിച്ചെടുത്ത് വീർക്കുന്നു. അപ്പോൾ പൊഴികൾ നികന്നു വരികയും വരമ്പുകൾ അകലുകയും ചെയ്യുന്നു. വെള്ളം ഉപയോഗിച്ചു തീരുന്നതിനനുസരിച്ച് കാണ്ഡം ചുരുങ്ങുന്നു. അപ്പോൾ പൊഴികൾ താഴ്ചയുള്ളതാകുകയും വരമ്പുകൾ അടുക്കുകയും ചെയ്യുന്നു. സാൾട്ട് ബുഷ്, ബക്ക്‌വീറ്റ് ബുഷ്, ബ്ലാക്ക് ബുഷ് തുടങ്ങിയ കുറ്റിച്ചെടികളും പുല്ലു വർഗത്തിൽ പെടുന്ന ചില ചെടികളും ഇവിടെ കണ്ടുവരുന്നു.

സാൾട്ട് ബുഷ്

ഇവിടെ കണ്ടുവരുന്ന ചില മൃഗങ്ങൾക്ക് മരുഭൂമി

യിലെ ചൂടിനേയും വെള്ളമില്ലാത്ത അവസ്ഥയേയും നേരിടാൻ ചില പ്രത്യേക കഴിവുണ്ട്. അവ മഴക്കാലം വരുന്നതുവരെ ഏതാണ്ട് ഒമ്പത് മാസം ചുരുണ്ടുകൂടിക്കിടക്കും. ഇവിടെക്കാണുന്ന ഉഭയജീവികളിലെ ലാർവ ഘട്ടം കുറവാണ്. ജീവിതചക്രത്തെ വേഗത്തിലാക്കി ജലം തീരെ ഇല്ലാതാകുന്നതിനുമുമ്പ് പൂർണവളർച്ചയിലെത്തുന്നു. ചില പ്രാണികളുടെ മുട്ടകൾ അനുകൂല കാലാവസ്ഥയിൽ മാത്രമേ വിരിയൂ. പ്രാണികൾ, സസ്തനികൾ, പക്ഷികൾ, സ്വർണക്കഴുകൻ, പരുന്തുകൾ എന്നിവയെ തീരദേശമരുഭൂമിയിൽ കണ്ടുവരുന്നു.

തണുത്തുറഞ്ഞ ശീതമരുഭൂമികൾ

പേരുപോലെത്തന്നെ തണുത്ത് ഉറഞ്ഞ കാലമാണ് മരുഭൂമിയിൽ ഉള്ളത്. ഇത്തരം മരുഭൂമികളെ ശീതമരുഭൂമികൾ എന്നു പറയുന്നു. മഞ്ഞുവീഴ്ച സാധാരണമാണ്. മഞ്ഞുകാലം മുഴുവൻ മഴ ലഭിക്കാറുണ്ട്. ചിലപ്പോൾ വേനൽമക്കാലത്തും മഴ കിട്ടും. എന്നിട്ടെന്താ കാര്യം? വെള്ളം ഉറഞ്ഞ് കട്ടിയാകുന്നതിനാൽ സസ്യങ്ങൾക്ക് വളരാൻ കഴിയില്ല. അന്റാർട്ടിക്ക, ഗ്രീൻലാൻഡ്, ആർക്ട്ടിക് പ്രദേശം എന്നിവയാണ് പ്രധാന ശീതമരുഭൂമികൾ.

നീണ്ട മഞ്ഞുകാലവും മഞ്ഞുകാലത്തെ അപേക്ഷിച്ച് ചൂടുള്ള വേനൽക്കാലവുമാണ് ഇവിടെ അനുഭവപ്പെടുന്നത്. തണുപ്പുകാലത്ത് താപനില 2 ഡിഗ്രി സെൽഷ്യസ് മുതൽ 4 ഡിഗ്രി സെൽഷ്യസ് വരെയാകും. വേനൽക്കാലത്ത് 21 ഡിഗ്രി സെൽഷ്യസ് വരെ ചൂട് കിട്ടാറുണ്ട്. 15 സെന്റീമീറ്റർ മുതൽ 26 സെന്റീമീറ്റർ വരെ മഴയും ലഭിക്കാറുണ്ട്. മഴക്കാലത്തും മഞ്ഞുവീഴ്ചയുണ്ടാകാറുണ്ടെന്നത് പ്രത്യേകം എടുത്തുപറയണ്ട സവിശേഷതയാണ്.

കടുത്ത ക്ഷാരഗുണമുള്ള മണ്ണാണ് ഇവിടെ കാണപ്പെടുന്നത്. ധാരാളം സുഷിരങ്ങൾ ഉള്ള, ജലവാർച്ചയുള്ള മണ്ണാണ്. 15 സെന്റീമീറ്റർ

ശീതമരുഭൂമി

മുതൽ 122 സെന്റീമീറ്റർ വരെ ഉയരമുള്ള സസ്യങ്ങൾ ഈ മരുഭൂമിയിൽ കാണപ്പെടുന്നു. മുള്ളുകളോടുകൂടിയ ഇല കൊഴിക്കുന്ന ചെടികളാണ് ഇവ. ബ്ലാക്ക്‌വിക് ബുഷ്, ബ്ലാക്ക്ബുഷ് എന്നിവ ഈ മരുഭൂമിയിൽ കണ്ടു വരുന്ന കുറ്റിച്ചെടികളാണ്.

ഗുഹയിലും മണ്ണിലെ മാളത്തിലും ജീവിക്കുന്നവരാണ് ഇവിടത്തെ അന്തേവാസികൾ. ജാക് റാബിറ്റ്, കങ്കാരു, എലി, ചുണ്ടെലികൾ, മാനുകൾ, അണ്ണാൻ തുടങ്ങിയ ജീവികളെ ഇവിടെ കാണാം. ഇവയിൽ ജാക് മുയൽ ഒഴിച്ചുള്ളവയെല്ലാം മാളങ്ങളിൽ വസിക്കുന്നവയാണ്.

ശീതമരുഭൂമികളിൽ രണ്ട് ഉപവിഭാഗങ്ങൾ ഉണ്ട്. പർവതമരുഭൂമിയും ധ്രുവമരുഭൂമിയും. സമുദ്രനിരപ്പിൽനിന്നും 3000 മീറ്ററിലധികം ഉയരത്തിലുള്ളവയാണ് പർവതമരുഭൂമികൾ. ഹിമാലയത്തിലെ ലഡാക്ക്, ജമ്മുവിന്റെയും കാശ്മീരിന്റെയും ചില പ്രദേശങ്ങൾ എന്നിവ ഈ ഉപവിഭാഗത്തിൽ പെടുന്നു. 402 മീറ്ററിൽ താഴെയാണ് വാർഷികവർഷപാതം.

ധ്രുവമരുഭൂമികൾക്ക് ഉദാഹരണങ്ങളാണ് സൈബീരിയ, ഗ്രീൻലാൻഡ്, കാനഡ മുതലായവ. ഇവിടെ തണുത്തുറഞ്ഞ മഞ്ഞുകാലവും തണുത്ത വേനൽക്കാലവുമാണ്. സൂര്യന്റെ പ്രകാശം വളരെ കുറവ് മാത്രമെ ലഭിക്കുന്നുള്ളൂ. തണുപ്പുകാലത്ത് സൂര്യൻ ഉദിക്കാറില്ല. വേനൽക്കാലത്ത് സൂര്യൻ അസ്തമിക്കില്ലെങ്കിലും ചൂടു കുറവാണ്. പത്തു സെന്റീമീറ്ററിൽ കൂടുതൽ ഉയരമില്ലാത്ത കുറ്റിച്ചെടികൾ ഇവിടെ വളരുന്നു. സൈബീരിയയുടെയും ഗ്രീൻലാൻഡിന്റെയും തെക്കുഭാഗത്തുള്ള ഈ പ്രദേശത്താണ് സസ്യങ്ങൾ കൂടുതൽ കാണപ്പെടുന്നത്. പുഷ്ടിയില്ലാത്ത മണ്ണാണ്. എന്നാൽ ഇവിടം ധാതുക്കളാൽ സമ്പന്നമാണ്. മഞ്ഞുമൂടിക്കിടക്കുന്നതിനാൽ ഫോസിലുകൾ കേടുകൂടാതെ ഇരിക്കും. അതുകൊണ്ടു തന്നെ ധാരാളം ഫോസിലുകൾ ഇവിടെനിന്ന് കണ്ടെത്തിയിട്ടുണ്ട്.

ഇവിടത്തെ കടലിടുക്കുകളിൽ ധാരാളം സമുദ്രജീവികൾ ഉണ്ട്. റെയിൻഡീറിന്റെ മാംസമാണ് ജനങ്ങളുടെ പ്രധാന ആഹാരം. രണ്ടാം ലോകമഹായുദ്ധത്തിന് ശേഷം ഇവിടെനിന്ന് എണ്ണഖനനം ആരംഭിച്ചിട്ടുണ്ട്.

മരുഭൂമികളുടെ പൊതുവായ സവിശേഷതകൾ

മരുഭൂമികളെന്നാൽ മണൽപ്രദേശമാണെന്ന ധാരണ ശരിയല്ലെന്ന് മുൻപേ പറഞ്ഞിരുന്നല്ലോ. 20 ശതമാനം മരുഭൂമിയിൽ മാത്രമാണ് മണൽ കാണപ്പെടുന്നത്. ബാക്കി എല്ലായിടത്തും പാറക്കെട്ടുകളും ഉരുളൻകല്ലുകളും കാണപ്പെടുന്നു. കാറ്റ്, മഴ എന്നിവയുടെ പ്രവർത്തനഫലമായി കനത്ത മണ്ണൊലിപ്പ് നേരിടുന്ന ഇവിടത്തെ മണ്ണ് ഒലിച്ചുപോയി പാറക്കെട്ടുകൾ നഗ്നമാക്കപ്പെടുന്നു. വെള്ളാരങ്കല്ലുകളും ഉരുളൻകല്ലുകളും ഇവിടെ കാണാം. പാറക്കെട്ടുകൾ നിറഞ്ഞ പ്രദേശത്തെ ഹമാദ എന്നുപറയുന്നു.

മരുഭൂമിയിൽ കണ്ടുവരുന്ന കാലിച്ച് എന്ന പ്രതിഭാസം

മണൽ മരുഭൂമികളിൽ സമുദ്രം പോലെ മണൽ പരന്നുകിടക്കും. മണൽക്കൂനകൾ, തിരമാലകൾ പോലെ മണൽത്തിട്ടകൾ എന്നിവ നിറയെ ഉണ്ടാകും. മരുഭൂമിയിലെ മണൽക്കൂനകളെ എർഗ് എന്നു പറയുന്നു.

മണൽക്കൂനകൾ, പാറക്കെട്ടുകൾ, വരണ്ട മണ്ണ്, എക്കൽ മണ്ണ്, പ്ലായാസ്, മരത്തടാകങ്ങൾ, മരുപ്പച്ചകൾ എന്നിവയാണ് പൊതുവെ മരുഭൂമിയിൽ കണ്ടുവരുന്നത്.

മരുഭൂമിയിലെ ഒറ്റപ്പെട്ട പച്ചപ്പിനെയാണ് നാം മരുപ്പച്ച എന്നു വിശേഷിപ്പിക്കുന്നത്. മരുഭൂമിയിലെ ജീവികളുടെ വാസകേന്ദ്രമാണ് മരുപ്പച്ചകൾ. വലിയ മരുപ്പച്ചയാണെങ്കിൽ അവിടെ മനുഷ്യവാസം ഉണ്ടാകും. ചെറിയ തോതിൽ കൃഷിയും തോട്ടങ്ങളും ഉണ്ടാകും. ജലസേചനം നടത്തിയാണ് നനവ് നിലനിർത്തുന്നത്. ഭൂഗർഭനദികളിൽ നിന്നോ നീരുറവകളിൽനിന്നോ ആണ് മരുപ്പച്ചകൾ രൂപംകൊള്ളുന്നത്. മനുഷ്യനിർമിതമായ കിണറുകൾ വഴി ഇവ ഉപരിതലത്തിൽ എത്തുന്നു. ചെറിയ ചെറിയ തടാകങ്ങളും ഉണ്ടാവാൻ ഇടയുണ്ട്. ഇതിനു സമീപമെത്തുന്ന ദേശാടനക്കിളികളുടെ വിസർജ്യത്തിൽ കാണപ്പെടുന്ന വിത്തുകൾ വീണ് സസ്യങ്ങൾ പൊട്ടിമുളച്ച് മരുപ്പച്ചകൾ രൂപപ്പെടുന്നു. പണ്ട് കച്ചവടം കരമാർഗം മാത്രമായിരുന്നല്ലോ. അന്ന് വ്യാപാരികൾ ദീർഘദൂരം മരുഭൂമിയിലൂടെ യാത്ര ചെയ്യും. മരുഭൂമിയിലൂടെയുള്ള യാത്രകളിൽ മരുപ്പച്ചകളാണ് അവരുടെ ഏക ആശ്രയം. ഗോബി മരുഭൂമി താണ്ടി ചൈനയിലെത്തിയ മാർക്കോപോളോ, യൂറോപ്പിലേക്ക് ഇന്ത്യയിൽനിന്ന് ചരക്കുകൾ

കൊണ്ടുപോയിരുന്ന അറബികൾ എന്നിവരുടെ യാത്രകൾ ഉദാഹരണമായി നമുക്ക് ചൂണ്ടിക്കാണിക്കാനാകും.

ജൈവാംശം കുറഞ്ഞ ധാതുക്കൾ നിറഞ്ഞ മണ്ണാണ് മരുഭൂമിയിൽ കണ്ടുവരുന്നത്. ചില സ്ഥലങ്ങളിൽ ജലാംശവുമായി കലർന്ന് അവ ഉറച്ച് പാറകളായി കാണപ്പെടുന്നു. 50 മീറ്റർ വരെ കനമുള്ള പാറകളായി ഇവ രൂപപ്പെടാറുണ്ട്. കാലറേറ്റ് (calarate) എന്നാണ് ഇവയെ വിളിക്കുന്നത്. കാത്സ്യം കാർബണേറ്റ് ആണ് ഇവയിലെ പ്രധാനഘടകം. കാലിച്ച് (calich)എന്നറിയപ്പെടുന്ന മറ്റൊരു പ്രതിഭാസവും മരുഭൂമിയിൽ കണ്ടുവരുന്നു. ചുവപ്പുനിറത്തിലോ തവിട്ടുനിറത്തിലോ അതിന്റെ നേർത്ത നിറങ്ങൾ തൊട്ട് വെള്ളനിറത്തിൽ വരെ കാണുന്ന പ്രതിഭാസമാണിത്. ജലവും സസ്യങ്ങൾ പുറത്തുവിടുന്ന കാർബൺ ഡൈഓക്സൈഡും ധാതുക്കളും തമ്മിൽ പ്രതിപ്രവർത്തിച്ചാണ് സാധാരണ ഇത് രൂപപ്പെടുന്നത്.

ഇവിടെ കാണപ്പെടുന്ന സസ്യങ്ങൾക്ക് വരൾച്ചയെ ചെറുക്കാൻ കഴിവുണ്ട്. ക്ഷാരതയെ അതിജീവിക്കാനും അവയ്ക്കു കഴിയും. ചില സസ്യങ്ങൾ അവയുടെ ഇലയിൽ ജലം ശേഖരിച്ചുവയ്ക്കും. ചിലത് കാണ്ഡത്തിലും ചിലത് വേരുകളിലും. ചില ചെടികൾക്ക് നീണ്ട തായ്‌വേരുകളുണ്ട്. ഇവ മണ്ണിൽ ആഴ്ന്നിറങ്ങി ജലം വലിച്ചെടുക്കുന്നു. മണ്ണൊലിപ്പിനെ ഒരു പരിധിവരെ തടയാനും അവയ്ക്കു കഴിയും. മറ്റൊരിനം സസ്യങ്ങൾ മണ്ണിൽ പറ്റി വളരുന്നവയാണ്. അവ കാറ്റ് മൂലമുള്ള മണ്ണൊലിപ്പിനെ തടയുന്നു. അമേരിക്കയുടെ തെക്കുപടിഞ്ഞാറു ഭാഗത്ത് കിടക്കുന്ന സൊനാരൻ മരുഭൂമിയിലാണ് ഏറ്റവും വൈവിധ്യമുള്ള സസ്യജാലങ്ങൾ നിലനിൽക്കുന്നത്. ജെയ്ന്റ് സഗാരോ കാച്ചി എന്ന വൃക്ഷത്തിൽ ധാരാളം പക്ഷികൾ കൂടൊരുക്കുന്നു. മരുഭൂമിയിലെ മരം എന്ന രീതിയിലാണവയെ കണക്കാക്കുന്നത്. സഗാരോ സാവധാനത്തിലേ വളരൂ. പക്ഷെ ഇരുന്നൂറിലേറെ വർഷം നിലനിൽക്കും. അമ്പതു കൊല്ലം കഴിഞ്ഞാലും അതിന് 15 സെന്റീമീറ്ററേ ഉയരം കാണൂ. കള്ളിമുൾച്ചെടികളാണ് മരുഭൂമിയിൽ കാണുന്ന സസ്യങ്ങൾ എന്നാണ് പൊതുവായ ധാരണ. പക്ഷെ വരണ്ട പ്രകൃതിയുമായി ഇണങ്ങിച്ചേരുന്ന മറ്റ് സസ്യങ്ങളും ഇവിടെയുണ്ട്. സൂര്യകാന്തി വർഗത്തിൽ പെടുന്ന ചിലയിനം ചെടികൾ, ചിലയിനം പയറുവർഗങ്ങൾ എന്നിവയും മരുഭൂമിയിൽ വളരുന്നു.

വളരെ അപൂർവമായി മാത്രമേ മരുഭൂമിയിൽ മഴ പെയ്യാറുള്ളൂ. അതേസമയം ശക്തമായ കൊടുങ്കാറ്റുകൾ സാധാരണമാണ്. മൂന്നു മണിക്കൂറിനുള്ളിൽ 44 സെന്റിമീറ്റർ മഴ ഒരിക്കൽ സഹാറയിൽ പെയ്തു. അതാണ് ചരിത്രത്തിൽ മരുഭൂമിയിലെ ഏറ്റവും വലിയ മഴ. സാധാരണ വരണ്ടു കിടക്കുന്ന തോടുകൾ മഴ പെയ്യുന്നതോടെ അപകടകാരികളാകും. അവ മരുഭൂമിയിൽ വെള്ളപ്പൊക്കം സൃഷ്ടിക്കും. ദാഹിച്ചു വീണു മരിക്കുന്നതിനേക്കാൾ കൂടുതൽ ജനം പലപ്പോഴും പ്രളയത്തിൽ മുങ്ങി മരുഭൂമിയിൽ മരിക്കാറുണ്ട്.

മരുഭൂമിയിലെ പ്ലായ എന്ന പ്രതിഭാസം

വളരെക്കുറച്ച് മഴയേ ലഭിക്കുന്നുള്ളുവെങ്കിലും മരുഭൂമിയിൽ അരുവികൾ രൂപപ്പെടാറുണ്ട്. മഴ കൊണ്ടും തൊട്ടടുത്ത മലകളിലെ മഞ്ഞ് ഉരുകിയും അവ രൂപപ്പെടാം. അരുവികൾ വലിയതോതിൽ മണ്ണൊലിപ്പിച്ച് കൊണ്ടുപോകുന്നു. അപൂർവമായി ചില മരുഭൂമികളിലൂടെ നദികൾ ഒഴുകുന്നുണ്ട്. മരുഭൂമിയിലൂടെയുള്ള പ്രവാഹത്തിനടിയിൽ ഒരുപാട് ജലനഷ്ടം സംഭവിക്കുന്നുവെങ്കിലും അവയുടെ വലിപ്പം മൂലം അവ വറ്റിപ്പോകുന്നില്ല. നൈൽ, കൊളറാഡോ, മഞ്ഞനദി എന്നിവ മരുഭൂമിയിലൂടെ ഒഴുകുന്ന നദികളാണ്.

മഴ പെയ്തും മഞ്ഞുരുകിയും എത്തുന്ന ജലംകൊണ്ടും മരുഭൂമിയിൽ ചെറിയ തടാകങ്ങൾ രൂപപ്പെടാറുണ്ട്. ഇവ താൽക്കാലികവും ആഴം കുറഞ്ഞവയും ഉപ്പ് നിറഞ്ഞവയുമായിരിക്കും. കാറ്റ് ഇവയിലെ ഈർപ്പത്തെ കിലോമീറ്ററുകൾ അപ്പുറത്തേക്ക് കൊണ്ടുപോകും. അതിനാൽ ഇത്തരം തടാകങ്ങൾ പെട്ടെന്നു വറ്റിപ്പോകും. വറ്റിപ്പോയ തടാകങ്ങളുടെ അടിത്തട്ട് ഉപ്പ് നിറഞ്ഞ് വിണ്ടുകീറിയ ഉറച്ച പ്രതലമായിത്തീരും. കളിമണ്ണ് നിറഞ്ഞ ക്ഷാരാംശമുള്ള ഈ ഉറച്ച പ്രദേശം പ്ലായ (Playa)എന്നറിയപ്പെടുന്നു. വടക്കേ അമേരിക്കൻ മരുഭൂമിയിൽ നൂറിലേറെ പ്ലായകൾ ഉണ്ട്. അവയിൽ പലതും 12,000 വർഷങ്ങൾക്കു മുമ്പ് ഹിമയുഗത്തിൽ രൂപപ്പെട്ടവയാണ്. 52,000 ചതുരശ്ര കിലോമീറ്റർ വ്യാസമുള്ള ബോൺവില്ലെ തടാകം (യു എസ് എ) ഇത്തരത്തിൽ ഹിമയുഗത്തിൽ രൂപപ്പെടുന്നവയാണ്. ബോണെവില്ലെ തടാകം ഇന്നില്ല. അതിന്റെ അവശിഷ്ടങ്ങൾ ഉത്ഹ ഗ്രേറ്റ് സാൾട്ട് തടാകത്തിലും ഉല തടാകത്തിലും സേവിയർ തടാ

കത്തിലും കാണാം. നനവുള്ള ഭൂതകാലത്തിൽനിന്നും വരണ്ട വർത്ത മാനകാലമുള്ള പ്ലായകൾ കാലാവസ്ഥാ വ്യതിയാനത്തെക്കുറിച്ച് വളരെ ഉപകാരപ്രദമായ പല തെളിവുകളും നമുക്ക് നൽകുന്നു.

പകലും രാത്രിയും വ്യത്യസ്തമായ കാലാവസ്ഥയാണ് പല മരുഭൂമികളിലും അനുഭവപ്പെടുന്നത്. പകൽ കടുത്ത ചൂട് അനുഭവപ്പെടുമ്പോൾ രാത്രി കഠിനമായ തണുപ്പ് അനുഭവപ്പെടുന്നു. ചൂടിനെ പിടിച്ചുനിറുത്താനുള്ള ഹരിതഗൃഹവാതകങ്ങളുടെ അഭാവമാണ് ഇതിനുകാരണം. തണുത്തുറഞ്ഞ മരുഭൂമികളിൽ രാത്രിയും പകലും തണുപ്പാണ്.

ഭൂമിയിലെ മറ്റു പ്രദേശങ്ങളെ അപേക്ഷിച്ച് ഇവിടെ കാറ്റിന്റെ സ്വാധീനം കൂടുതലാണ്. വൃക്ഷലതാദികൾ ഇല്ലാത്തതിനാൽ കാറ്റ് വീശിയടിക്കുന്നു. ഇവിടത്തെ മണൽക്കാറ്റിന്റെ സ്വാധീനത്താൽ ഒരു പ്രദേശത്തുനിന്നും മറ്റൊരു പ്രദേശത്തേക്ക് മാറ്റപ്പെടുന്നു. ഇത് എർഗുകൾ എന്നുവിളിക്കുന്ന മണൽക്കൂനകളുടെ രൂപീകരണത്തിന് വഴിയൊരുക്കുന്നു. എഴുപത് മൈൽ വേഗതയിൽ അടിക്കുന്ന കാറ്റുകൾ ഇവിടെ സാധാരണമാണ്. ഡസ്റ്റ് ഡെവിൾസ് എന്നാണ് ഇവയെ വിളിക്കുക. ഇവ മണൽത്തരികളെ 1000 അടിവരെ ഉയരത്തിലേക്കു പറത്തുകയും നൂറുകണക്കിന് മൈൽ ദൂരത്തേക്ക് കൊണ്ടുപോകുകയും ചെയ്യുന്നു. പലപ്പോഴും കാറ്റുകൾ മൂലം മണലും മണ്ണും പൂർണമായി നീക്കപ്പെട്ട് പാറക്കെട്ടുകൾ അവശേഷിക്കുന്നു. കാറ്റിന്റെ പ്രവർത്തനഫലമായി വർഷം തോറും മണൽക്കൂനകൾ 12 മീറ്റർ വരെ നീങ്ങുന്നുണ്ട്.

ധാതുലവണങ്ങളാൽ സമ്പന്നമാണ് മരുഭൂമികൾ. മണ്ണിൽ അടങ്ങിയിരിക്കുന്ന ധാതുക്കൾക്കനുസരിച്ച് മരുഭൂമിയുടെ നിറം വ്യത്യസ്തമായിരിക്കും. ആസ്ട്രേലിയ വൻകരയിലെ ഗ്രേറ്റ് സാൻഡി മരുഭൂമി ഇളം ചുവപ്പുനിറത്തിലാണ് കാണപ്പെടുന്നത്. ലാറ്ററേറ്റിന്റെ സാന്നിധ്യമാണ് ഇത് വ്യക്തമാക്കുന്നത്. ബാഷ്പീകരണം മൂലം വരണ്ടുപോകുന്ന തടാകങ്ങളുടെ അടിത്തട്ട്-പ്ലായകൾ-ധാതുക്കളാൽ സമ്പന്നമായിരിക്കും. ഇവിടങ്ങളിൽ കണ്ടുവരുന്ന ധാതുക്കളാണ് സോഡിയം നൈട്രേറ്റും ജിപ്സവും. അമേരിക്കയിലെ ഗ്രേറ്റ് ബേസിൻ മരുഭൂമിയിലെ തടാകങ്ങളിൽനിന്ന് ബോറാക്സ്, ബോറേറ്റ് എന്നിവ കുഴിച്ചെടുക്കുന്നു. ഇവ ഗ്ലാസ്സ്, ഇനാമൽ, രാസവളങ്ങൾ, ചിലതരം മരുന്നുകൾ എന്നിവ ഉൽപ്പാദിപ്പിക്കാൻ ഉപകരിക്കുന്നവയാണ്. ബോറേറ്റ്സ് പ്രധാനമായും കാലിഫോർണിയയിലെ സിയർലസ് തടാകത്തിൽനിന്നുമാണ് കുഴിച്ചെടുക്കുന്നത്. ഏതാണ്ട് 1 ബില്യൺ അമേരിക്കൻ ഡോളർ വിലമതിക്കുന്ന ധാതുക്കളാണ് ഈ തടാകത്തിൽനിന്ന് കുഴിച്ചെടുക്കുന്നത്. ചിലിയിലെ അറ്റക്കാമ മരുഭൂമിയിൽനിന്ന് ഒന്നാം ലോകയുദ്ധ കാലത്ത് മൂന്നു കോടി മെട്രിക് ടൺ വെടിയുപ്പാണ് കുഴിച്ചെടുത്തത്. അമേരിക്കയിലെ മരുഭൂമിയിൽനിന്നും ചിലി, പെറു, ഇറാൻ എന്നിവിടങ്ങളിലെ മരുഭൂമികളിൽനിന്നും ചെമ്പ് കുഴിച്ചെടുക്കുന്നു. ആസ്ട്രേലിയയിലെ മരുഭൂമികളിൽ ഇരുമ്പും ഈയവും സിങ്കും സുലഭമാണ്. സ്വർണം, വെള്ളി, യുറേനിയം എന്നിവ

ആസ്ട്രേലിയയിലെയും യു എസിലേയും മരുഭൂമികളിൽനിന്ന് കുഴിച്ചെടുക്കുന്നു. പെട്രോളിയം ഉൽപ്പന്നങ്ങൾ വൻതോതിൽ കുഴിച്ചെടുക്കുന്നത് അധികവും ഊഷര മരുഭൂമികളിൽനിന്നോ അർധോഷര മരുഭൂമിയിൽ നിന്നോ ആണ്. ലോകത്തിലെ ഏറ്റവും വലിയ എണ്ണപ്പാടമായ ബഹാർ ഊഷരമരുഭൂമിയായ അൻദംഹാന മരുഭൂമിയിലാണ് എന്നത് ഇതിന് ഉത്തമ ഉദാഹരണമായി ചൂണ്ടിക്കാട്ടാം.

സൗരോർജ സ്രോതസുകൾ ധാരാളമായി ഉൽപ്പാദിപ്പിക്കാൻ കഴിയുന്ന മേഖലയാണ് മരുഭൂമികൾ. ഇസ്രയേലിലെ സൗരോർജവ്യവസായത്തിന്റെ കേന്ദ്രം മഗേവ് മരുഭൂമിയാണ്. വൃക്ഷങ്ങളുടെ തടസമില്ലാതെ സൂര്യരശ്മി നേരിട്ട് പതിക്കും എന്നതിനാലാണ് മരുഭൂമികളിൽ സൗരോർജോൽപ്പാദനം കൂടുതൽ എളുപ്പമാകുന്നത്.

2

ലോകത്തിലെ പ്രധാന മരുഭൂമികൾ

മരുഭൂമികൾ കാണാൻ കഴിയാത്തവർക്ക് ലോകത്തിലെ ചില മരുഭൂമികളെ പരിചയപ്പെടുത്താനാണ് ഇവിടെ ശ്രമിക്കുന്നത്. ഭൂമിയിലെ എല്ലാ ഭൂഖണ്ഡങ്ങളിലും മരുഭൂമികൾ ഉണ്ട്. നാം ധാരാളം കേട്ടു പരിചയമുള്ളവയും അല്ലാത്തവയും ഉണ്ട്. എഴുപതിലേറെ മരുഭൂമികൾ ഉള്ളതിൽ ഏതാനും മരുഭൂമികളെ മാത്രമാണ് നാം വിശദമായി പരിശോധിക്കുന്നത്. മുഴുവൻ മരുഭൂമികളുടെയും പട്ടിക അനുബന്ധത്തിൽ ചേർത്തിട്ടുണ്ട്. നാം വസിക്കുന്ന വൻകരയായ ഏഷ്യയിൽനിന്ന് തുടങ്ങാം. അതിൽത്തന്നെ ഇന്ത്യയിൽ ഏറ്റവും വലിയ മരുഭൂമിയായ താർ മരുഭൂമിയാവട്ടെ ആദ്യത്തേത്.

താർ മരുഭൂമി

ഇന്ത്യൻ ഉപഭൂഖണ്ഡത്തിന്റെ വടക്കു പടിഞ്ഞാറ് ഭാഗത്ത് കിടക്കുന്ന താർ മരുഭൂമി ഇന്ത്യക്കും പാകിസ്ഥാനുമിടയിൽ പ്രകൃതിദത്തമായ അതിരായി സ്ഥിതി ചെയ്യുന്നു. രണ്ടുലക്ഷം ചതുരശ്ര കിലോമീറ്റർ വിസ്തൃതിയുള്ള ഈ മരുഭൂമിക്ക് ലോകത്തിലെ മരുഭൂമികളിൽ ഒമ്പതാംസ്ഥാനമാണ് ഉള്ളത്. ഇത് ഊഷരമരുഭൂമികളുടെ വിഭാഗത്തിൽ പെടുന്നു.

രാജസ്ഥാൻ, ഹരിയാനയുടെയും പഞ്ചാബിന്റെയും തെക്കുഭാഗം, ഗുജറാത്തിന്റെ വടക്കുഭാഗം എന്നിവിടങ്ങളിലായി താർ മരുഭൂമി വ്യാപിച്ചു കിടക്കുന്നു. ഇതിന്റെ കുറച്ചുഭാഗം പാകിസ്ഥാനിലാണ്. സിന്ധ് പ്രവിശ്യയിലും പാകിസ്ഥാനിൽ ഉൾപ്പെടുന്ന പഞ്ചാബിലുമാണത്.

സത്‌ലജ് നദീതടത്തിൽനിന്ന് ആരംഭിക്കുന്ന താർ മരുഭൂമിയുടെ കിഴക്കു ഭാഗത്ത് ആരവല്ലി പർവതനിരകളാണ്. തെക്കുഭാഗത്ത് റാൻ ഒഫ് കച്ച് എന്നറിയപ്പെടുന്ന ഉപ്പു നിറഞ്ഞ ചതുപ്പാണ്. പടിഞ്ഞാറ് സിന്ധു

താർ മരുഭൂമി

നദി. വടക്കൻ അതിർത്തി കൃത്യമായി നിർവചിക്കാനാവില്ല. അവിടെ കാണുന്നത് മുള്ളുകൾ നിറഞ്ഞ പുൽമേടുകളാണ്. പാകിസ്ഥാനിലെ സിന്ധ് പ്രവിശ്യയിൽ പെടുന്ന താർപാർക്കർ ജില്ല മരുഭൂമിയിൽ പെടുന്നു. താർ എന്നാൽ മരുഭൂമിയെന്നും പാർക്കർ എന്നാൽ കടന്ന് എന്നുമാണ് പ്രാദേശികഭാഷയിൽ അർഥം വരുന്നത്. ഒരുകാലത്ത് ഇതിനെ താറെന്നും പാർക്കർ എന്നും വ്യത്യസ്തമായിത്തന്നെ പറഞ്ഞിരുന്നു. ഇതിൽ പാർക്കർ പടിഞ്ഞാറ് ഭാഗത്താണ്. ഇവിടം ജലസേചനംകൊണ്ട് കൃഷിക്ക് അനുയോജ്യമാക്കിയിട്ടുണ്ട്. താർ കിഴക്കുഭാഗത്താണ്. ഇത് പാകിസ്ഥാനിലെ ഏറ്റവും വലിയ മരുഭൂമിയാണ്.

താർ മരുഭൂമിയിൽ മഴ കുറവാണ്. നൂറു മില്ലിമീറ്റർ മുതൽ 500 മില്ലിമീറ്റർ വരെ ഇവിടെ മഴ ലഭിക്കുന്നു. ജൂലൈ മുതൽ സപ്തംബർ വരെയുള്ള മാസങ്ങളിൽ ഇത് ലഭിക്കുന്നു. താപനിലയിൽ വലിയ വ്യതിയാനം ഇവിടെ അനുഭവപ്പെടുന്നുണ്ട്. തണുപ്പുകാലത്ത് ഉറയുന്ന തണുപ്പാണ്. വേനൽക്കാലത്ത് താപനില 50 ഡിഗ്രി സെൽഷ്യസ്വരെ ഉയരാറുണ്ട്.

മൂന്ന് പ്രധാനപ്പെട്ട ഭൂരൂപങ്ങളാണ് ഈ മരുഭൂമിയിൽ കണ്ടുവരുന്നത്. മണൽ നിറഞ്ഞ പ്രദേശം, കുന്നുകളും സമതലങ്ങളും നിറഞ്ഞ പ്രദേശം, ആരവല്ലി പർവതനിരക്കു ചുറ്റുമുള്ള അർധോഷരഭൂമി. സിന്ധു നദീതടത്തിലേക്ക് ചെരിഞ്ഞാണ് താർ മരുഭൂമി കിടക്കുന്നത്. നിറയെ മൺകൂനകൾ ഉള്ളതിനാൽ പ്രത്യക്ഷത്തിൽ ഈ ചെരിവ് മനസിലാകില്ല.

തെക്കുഭാഗത്ത് കാണുന്ന മൺകൂനകൾ ചിലപ്പോൾ 150 മീറ്റർ വരെ ഉയരത്തിൽ രൂപപ്പെടാറുണ്ട്.

ഇവിടത്തെ മണ്ണ് പൊതുവെ മണൽ നിറഞ്ഞതാണ്. ചിലയിടങ്ങളിൽ മണലിനൊപ്പം കളിമണ്ണും കണ്ടുവരുന്നു. പ്രകൃതിജന്യമായ സവിശേഷതകൾക്കനുസരിച്ച് മണ്ണിന്റെ ഗാഢത കൂടുന്നു. താഴ്ന്ന പ്രദേശങ്ങളിലെ മണ്ണിൽ കളിമണ്ണ് കൂടുതൽ കലർന്നിരിക്കും. കാൻ കാർബണേറ്റ്, ജിപ്സം തുടങ്ങിയ ധാതുക്കൾ അവയിൽ ധാരാളമായി അടങ്ങിയിരിക്കുന്നു. അതിനാൽ പലയിടത്തെയും കിണറുകളിലെ ജലം കുടിക്കാൻ പറ്റില്ല.

പത്തുലക്ഷം കൊല്ലത്തെ പഴക്കം താർ മരുഭൂമിക്കുണ്ട് എന്ന് അവകാശപ്പെടുന്നവരുണ്ട്. ഒരുകാലത്ത് ഇവിടം ലവണസാഗരം എന്ന പേരിലറിയപ്പെടുന്ന കടലായിരുന്നു എന്നും രാമൻ സീതയെ വീണ്ടെടുക്കാനായി സമുദ്രലംഘനത്തിനു മുതിർന്നപ്പോൾ വിഘ്നങ്ങൾ നേരിട്ടു എന്നും അതു തരണം ചെയ്യാൻ രാമൻ ശരം എടുത്തെന്നും രാമന്റെ അമ്പേറ്റ് വറ്റിവരണ്ട പ്രദേശമാണ് ഇവിടം എന്നും ഉള്ള ഒരു ഐതീഹ്യം പറഞ്ഞുകേൾക്കുന്നുണ്ട്. എന്നാൽ ഈ മരുഭൂമിക്ക് 4000 വർഷത്തെ പഴക്കം മാത്രമെ ഉള്ളൂ എന്ന് മറ്റു ചിലർ അവകാശപ്പെടുന്നു. വളരെ അടുത്ത കാലത്ത് മാത്രമാണ് മരുഭൂമി രൂപപ്പെട്ടത് എന്നാണ് മറ്റൊരു കൂട്ടരുടെ അഭിപ്രായം. ക്രിമു2000 ത്തിനും 1500 നും ഇടയിലാണ് മരുഭൂമി രൂപപ്പെട്ടത് എന്നാണ് അവർ അവകാശപ്പെടുന്നത്. ഏതാണ്ട് ഇക്കാലത്തുതന്നെയാണ് ഖഗ്ഗാർ നദി വറ്റിപ്പോയത്. ഇന്ന് അത് മരുഭൂമിയിൽ അവസാനിക്കുകയാണ്. സിന്ധൂനദീതട സംസ്കാരം നിലനിന്നിരുന്ന കാലത്ത് ഖഗ്ഗാർ സിന്ധുവിന്റെ പോഷക നദിയായിരുന്നു. അന്ന് സത്ലജും യമുനയും ഖഗ്ഗാറിന്റെ പോഷകനദികളായിരുന്നു. അവയിൽ നിന്നാണ് ഖഗ്ഗാറിലേക്ക് വെള്ളം ഒഴുകി വന്നിരുന്നത്. ഭൂകമ്പങ്ങളുടെ ഫലമായി സത്ലജ് പടിഞ്ഞാട്ടും യമുന കിഴക്കോട്ടും ദിശമാറി ഒഴുകിത്തുടങ്ങിയതോടെ ഖഗ്ഗാർ വറ്റിപ്പോയി.

കുന്നുകളും ചരൽ നിറഞ്ഞ പ്രദേശവും മണൽ നിറഞ്ഞ പ്രദേശവുമുള്ള താർ മരുഭൂമിയിൽ വ്യത്യസ്തമായ ആവാസവ്യവസ്ഥകളാണുള്ളത്. മറ്റ് മരുഭൂമികളെ അപേക്ഷിച്ച് സമ്പന്നമായ സസ്യ-ജന്തുജാലങ്ങൾ ഇവിടെയുണ്ട്. ഇരുപത്തിമൂന്നു തരം പല്ലികളും 25 തരം പാമ്പുകളും

ആസ്സ് (കാട്ടുകഴുത)

അവിടെ കാണപ്പെടുന്നു. ഇന്ത്യയുടെ മറ്റു ഭാഗങ്ങളിൽ വംശനാശം സംഭവിച്ചുകൊണ്ടിരിക്കുന്ന ഗ്രേറ്റ് ഇന്ത്യൻ ബസ്റ്റാർഡ്, ബ്ലാക്ബക്ക് എന്ന പേരിലറിയപ്പെടുന്ന മാനുകൾ, ഇന്ത്യൻ ഗാസെല്ല(ചെറുമാനുകൾ) ഇന്ത്യൻ വൈൽഡ് ആസ്സ് (കാട്ടുകഴുത) എന്നിവയെ റാൻ ഓഫ് കച്ച് ഭാഗത്ത് കാണുന്നു. അതിജീവനത്തിനുള്ള തന്ത്രങ്ങൾ അവർ വിദഗ്ധമായി രൂപപ്പെടുത്തിയെടുക്കുന്നു. ഇന്ത്യയിലെ മറ്റു വിഭാഗങ്ങളിൽ കണ്ടുവരുന്ന ഇത്തരം ജീവികളെക്കാൾ ഇവയ്ക്ക് വലിപ്പം കുറവാണ്. ഈ ജീവികളെല്ലാം തന്നെ രാത്രിയാണ് ഇര തേടുന്നത്. കാട്ടുപൂച്ചകളുടെയും ചുവന്ന കുറുക്കന്റെയും ചില ഉപ സ്പീഷീസുകളെ ഇവിടെ കണ്ടുവരുന്നു.

ഇന്ത്യൻ ഗാസെല്ല(ചെറുമാനുകൾ)

തദ്ദേശീയപക്ഷികളും ദേശാടനപ്പക്ഷികളും ചേർന്ന് 141 ഇനം പക്ഷികളെ ഇവിടെ കണ്ടുവരുന്നു. ഇതിൽ മണലാരണ്യത്തിലെയും മരുപ്പച്ചകളിലെയും പക്ഷികൾ പെടുന്നു. മൈനകൾ, പ്രാവുകൾ, മയിലുകൾ, പലതരം തത്തകൾ എന്നിങ്ങനെ നമ്മുടെ നാട്ടിൻപുറങ്ങളിലും കാടുകളിലും ഉള്ള പലയിനങ്ങളെയും അവിടെ കാണാം.

മറ്റ് മരുഭൂമികളെ അപേക്ഷിച്ച് ജനസാന്ദ്രതയുള്ള മരുഭൂമിയാണിത്. ഇവിടെ കൃഷി ചെയ്യുന്നവരും മൃഗങ്ങളെ പരിപാലിക്കുന്നവരും ഉണ്ട്. മഴക്കാലത്തിനുശേഷം കൃഷിനാശം സർവസാധാരണമാണെങ്കിലും പഴവർഗങ്ങൾ തരുന്ന വൃക്ഷങ്ങൾ, പുല്ലുകൾ, പച്ചക്കറികൾ എന്നിവയാണ് വരണ്ട ഈ പ്രദേശത്തിന് അനുയോജ്യമായ കൃഷികൾ. ഇടയ്ക്കിടയ്ക്ക് കഠിനമായ വരൾച്ച അനുഭവപ്പെടാറുണ്ട്. വലിയ തോതിൽ മൃഗപരിപാലനം മൂലം പുൽമേടുകൾ നശിക്കുന്നതുകൊണ്ടും കാറ്റ് മൂലവും നീരൊഴുക്കിലൂടെയും മണ്ണൊലിപ്പ് ഉണ്ടാകുന്നതുകൊണ്ടും ധാതുഖനനം മൂലവും മണ്ണിന്റെ ഗുണം കുറഞ്ഞുവരുന്നു.

ഖാരിഫ് കൃഷി (കാലവർഷത്തിന് മുമ്പ് വിതയ്ക്കുന്നത്)യിൽ നിന്നാണ് പ്രധാന കാർഷികോൽപ്പാദനം നടക്കുന്നത്. ജൂൺ-ജൂലൈ മാസത്തിൽ വിത്തുകൾ വിതയ്ക്കുന്നു. ജൂലൈ അവസാനത്തിലാണ് ഇവിടെ കാലവർഷമെത്തുന്നത്. സപ്തംബർ-ഒക്ടോബർ മാസത്തിൽ വിളകൾ കൊയ്യാറാകും. ബജ്റ, പയറുവർഗങ്ങൾ, ജോവർ, ചോളം, എള്ള്, നിലക്കടല എന്നിവയാണ് പ്രധാനകൃഷികൾ. കനാൽ വഴിയും കുഴൽക്കിണർ വഴിയുമുള്ള ജലസേചനം അടുത്ത കാലത്തായി കൂടി

യിട്ടുണ്ട്. അതിനാൽ കൃഷിരീതിയിലും മാറ്റം വന്നിട്ടുണ്ട്. ഇപ്പോൾ ഗോതമ്പ്, കടുക് മുതലായവയും കൃഷി ചെയ്തുവരുന്നു. വടക്കുപടിഞ്ഞാറൻ രാജസ്ഥാനിൽ ഇന്ദിരാഗാന്ധി കനാൽ ജലം എത്തിക്കുന്നു.

കഴിഞ്ഞ കുറച്ചു വർഷങ്ങളായി താർ മരുഭൂമിയിൽ വളരെയധികം മാറ്റങ്ങൾ വന്നിട്ടുണ്ട്. ജനസംഖ്യ വർധിച്ചിട്ടുണ്ട്. അതോടൊപ്പം മൃഗപരിപാലനവും വർധിച്ചിട്ടുണ്ട്. ദേശീയ ശരാശരിയേക്കാൾ 10 ശതമാനം കൂടുതൽ കന്നുകാലികൾ ഓരോ വ്യക്തിക്കും ഉണ്ട്. ഇത് പുൽമേടുകളുടെ മരുവൽക്കരണത്തിനും കാരണമാകുന്നു. പശു, എരുമ, ചെമ്മരിയാട്, ഒട്ടകം എന്നിവയാണ് പ്രധാനമായും പരിപാലിക്കപ്പെടുന്നത്. ബാർമെൻ ജില്ലയിലാണ് ഏറ്റവും കൂടുതൽ കന്നുകാലികൾ ഉള്ളത്. രാജസ്ഥാനിലെ താർ മേഖലയിലാണ് ഇന്ത്യയിൽ ഏറ്റവും കൂടുതൽ ഒന്നാന്തരം കമ്പിളി ഉൽപ്പാദിപ്പിക്കുന്നത്. ചാക്‌ള, മാർവാരി, ജയ് സാൽമീരി, മാഗ്ര, മാൻപുരി, സൊനാഡി, നാലി, പുങ്കാൾ എന്നിങ്ങനെയുള്ള ഇനങ്ങളാണ് ഇവിടെ ഉള്ളത്. ഇന്ത്യയിലെ കമ്പിളി ഉൽപ്പാദനത്തിന്റെ 40 ശതമാനത്തിലേറെ താർ മരുഭൂമിമേഖലയിൽനിന്നാണ് വരുന്നത്. രാജസ്ഥാനിലെ ചൊക്ല ചെമ്മരിയാടിൽനിന്ന് കിട്ടുന്ന കമ്പിളികൊണ്ട് നിർമിക്കുന്ന പരവതാനിയാണ് ലോകത്തിലെ ഏറ്റവും മികച്ചത്.

അർധോഷരഭൂമിയിലും ഊഷരഭൂമിയിലും ഉള്ള കാലാവസ്ഥ, ജലലഭ്യത എന്നിവയിൽ വനങ്ങൾ വലിയൊരു പങ്ക് വഹിക്കുന്നു. ഇവിടത്തെ ജനങ്ങളുടെ പ്രധാന ഊർജസ്രോതസ്സ് വിറകാണ്. സ്വതവേതന്നെ വളരെ കുറവ് കാടുകളേ രാജസ്ഥാനിൽ ഉള്ളൂ. വിറകിനായി കാടുകൾ വെട്ടിനശിപ്പിക്കുന്നതുമൂലം ഈ പ്രദേശം കൂടുതൽ മരുവൽക്കരണത്തിന് വിധേയമാകുന്നു.

മരുഭൂമിക്ക് അനുയോജ്യമായ പരമ്പരാഗത വൃക്ഷങ്ങളും പുതിയ വൃക്ഷങ്ങളും കേന്ദ്ര മരുഭൂമി പ്രദേശ ഗവേഷണ സ്ഥാപനം വികസിപ്പിച്ചെടുത്തിട്ടുണ്ട്. കുറഞ്ഞ വർഷപാതം മാത്രം ലഭിക്കുമ്പോൾ പോലും നശിക്കാത്ത, കൂടുതൽ വലിയ പഴങ്ങൾ നൽകുന്ന ബേർ മരങ്ങളെ അവർ ഇത്തരത്തിൽ വികസിപ്പിച്ചെടുത്തതാണ്. ഈ വൃക്ഷങ്ങൾ കർഷകരെ സംബന്ധിച്ചിടത്തോളം ഏറെ ലാഭകരമാണ്.

റോഹിദ എന്ന വൃക്ഷം അധികം ഉയരം വയ്ക്കാത്ത ഒരു ഇനം വൃക്ഷമാണ്. ഇവ നല്ല ഇനം തടി നൽകുന്നു. മരുഭൂമിയിൽ കണ്ടുവരുന്ന പലതരം വൃക്ഷങ്ങളും ഇലകളും കാലിത്തീറ്റയായി ഉപയോഗിച്ചുവരുന്നു. ഈ വൃക്ഷങ്ങൾ മണ്ണൊലിപ്പ് തടയുന്നതിന് സഹായകമാകുന്നു. ഔഷധഗുണമുള്ള വൃക്ഷങ്ങളും ഇവിടെയുണ്ട്.

ഖനികൾ മരുഭൂമിയിലെ വലിയൊരു വ്യവസായമാണ്. താജ്മഹൽ നിർമിച്ചത് നാഗോർ ജില്ലയിലെ മക്രാനയിൽനിന്നു കുഴിച്ചെടുത്ത വെണ്ണക്കല്ലുകൊണ്ടാണ്. സിമന്റ് വ്യവസായത്തിനാവശ്യമായ ധാതുക്കൾ ഇവിടെ സുലഭമാണ്. വെണ്ണക്കല്ല് കുഴിച്ചെടുക്കുന്നത് പോലെ തന്നെ മനോഹരമായ മണൽക്കല്ലുകൾ ഇവിടെനിന്നും കുഴിച്ചെടുക്കാം.

ഇവിടെനിന്ന് ഖനനം ചെയ്തെടുക്കുന്ന 'ഖട്ട' എന്നറിയപ്പെടുന്ന ചുവന്ന കല്ല് ഗൃഹനിർമാണത്തിന് ധാരാളമായി ഉപയോഗിക്കുന്നു. ഗ്രാനേറ്റ് നിർമാണകേന്ദ്രമാണ് ജാലോർ.

ബാർമെൻ ജില്ലയിലെ ഗിറാൻ കപുരാഡി, ജലീപ ഭാഡ്ക; ബിക്കാനീർ ജില്ലയിലെ പ്ലാന, ഗുധ, ബിത്നോക്ക്; നാഗോർ ജില്ലയിലെ ലുൻസാർ മെർത്ത എന്നിവിടങ്ങളിൽനിന്ന് കൽക്കരി കുഴിച്ചെടുക്കുന്നു. ബാർമെൻ ജില്ലയിൽ ഈ കൽക്കരി ഉപയോഗിച്ച് താപോർജം ഉൽപ്പാദിപ്പിക്കുന്നു.

ജയ്സാൽമിർ, ബാർമെൻ ജില്ലകളിൽ വൻതോതിലുള്ള പെട്രോളിയം നിക്ഷേപം ഉണ്ട്. ബാർമെൻ ജില്ലയിൽ ബ്രിട്ടീഷ് പര്യവേക്ഷണ കമ്പനിയായ കൈരൻ എനർജി പര്യവേക്ഷണം ആരംഭിച്ചിട്ടുണ്ട്. മംഗള, ഭാഗ്യം, ഐശ്വര്യ എന്നിവയാണ് ഇവിടത്തെ പ്രധാന എണ്ണപ്പാടങ്ങൾ. ഇവ പ്രാദേശികവികസനത്തെ ഏറെ സഹായിക്കുന്നു.

മരുഭൂമിയിൽ കണ്ടുവരുന്ന ഉപ്പുപാടങ്ങളിൽനിന്ന് കറിയുപ്പും സോഡിയം സൾഫേറ്റും ലഭിക്കുന്നു. കാറ്റിൽനിന്ന് വൈദ്യുതി ഉൽപ്പാദിപ്പിക്കാൻ ഏറ്റവും അനുയോജ്യമായ പ്രദേശമാണ് മരുഭൂമികൾ. ഏതാണ്ട് 5,500 മെഗാവാട്ട് വൈദ്യുതി ഇത്തരത്തിൽ ഉൽപ്പാദിപ്പിക്കാൻ കഴിയുമെന്ന് വിശ്വസിക്കുന്നു. ജയ്സാൽമിർ ജില്ലയിലെ അമർ സാഗറിലാണ് ഇത്തരത്തിലുള്ള ആദ്യത്തെ കാറ്റ് വൈദ്യുത ഉൽപ്പാദനകേന്ദ്രം സ്ഥാപിച്ചിട്ടുള്ളത്. സൗരോർജവും ഇവിടെ ഉൽപ്പാദിപ്പിക്കുന്നുണ്ട്. സൗരോർജം ഉപയോഗിച്ച് കഠിനജലത്തെ കുടിവെള്ളമാക്കാനുള്ള ഒരു വ്യവസായശാല പുരു ജില്ലയിലെ ഓലേരിയിൽ പ്രവർത്തിച്ചുവരുന്നു.

ഹിന്ദുക്കളും ഇസ്ലാം മതവിശ്വാസികളും സിഖുകാരുമാണ് മരുഭൂമിയിലെ പ്രധാന താമസക്കാർ. പാകിസ്ഥാൻ ഉൾപ്പെടുന്ന ഭാഗത്ത് സിന്ധികളും കോലകളും താമസിക്കുന്നു. വർണാഭവും സംസ്കാര സമ്പന്നവുമായ ഒരു പാരമ്പര്യം ഈ മരുഭൂമിയിലുണ്ട്. നാടൻ സംഗീതവും നാടൻ കവിതയും ഇവർക്ക് പ്രിയപ്പെട്ടതാണ്. രാജസ്ഥാൻ ജനസംഖ്യയുടെ 40 ശതമാനം പേർ താമസിക്കുന്നത് താർ മരുഭൂമിയിലാണ്. ഇവരുടെ ജീവിതനിലവാരം പൊതുവേ താഴ്ന്നതാണ്. ഏഷ്യയിലെ ഏറ്റവും ജനസാന്ദ്രതയുള്ള മരുഭൂമി താർ മരുഭൂമിയാണ്.

ജോധ്പൂർ ആണ് ഇവിടത്തെ ഏറ്റവും വലിയ നഗരം. ബിക്കാനീർ നഗരവും ജയ്സാൽമിറും മരുഭൂമിയിലാണ്. സുവർണ നഗരമെന്നാണ് ജയ്സാൽമിർ അറിയപ്പെടുന്നത്. പന്ത്രണ്ടാം നൂറ്റാണ്ടിൽ നിർമിച്ച ഇവിടത്തെ കോട്ട മനോഹരമാണ്. ജോധ്പൂരിലും മനോഹരമായ കോട്ടകളും കൊട്ടാരങ്ങളും ഉണ്ട്.

ജലദൗർലഭ്യമാണ് മരുഭൂമിയിലെ ജീവിതത്തിന്റെ മുഖമുദ്ര. പ്രകൃതിദത്തമായ ചെറുകുളങ്ങളും മനുഷ്യനിർമിതമായ ചെറുകുളങ്ങളും ഇവിടെയുണ്ട്. ഇവയാണ് ഇവിടത്തെ ജനങ്ങളുടെ പ്രധാന ജലസ്രോതസ്സ്. ജലദൗർലഭ്യം മൂലം മരുഭൂമിയിൽ സ്ഥിരതാമസക്കാർ കുറവാണ്. കൂടുതലും ഊരുതെണ്ടികളാണ്. പ്രധാനപ്പെട്ട രണ്ട് മനുഷ്യവാസകേന്ദ്രങ്ങൾ

ഉള്ളത് കാറോൺ-ജാർ കുന്നുകൾക്കരികിലുള്ള അരുവിയുടെ തീരത്താണ്. ഉപ്പുചേർന്ന ജലമാണ് ഭൂഗർഭജലമായി പലപ്പോഴും ലഭിക്കുന്നത്. അത് കുടിക്കാൻ പറ്റില്ല. ലൂണി നദിയാണ് ഈ മരുഭൂമിയിലെ പ്രധാന പ്രകൃതിദത്ത ജലസ്രോതസ്സ്. ഇത് ആരവല്ലി മലനിരകളിലെ പുഷ്കർ താഴ്വരയിൽനിന്ന് ഉത്ഭവിച്ച് ഗുജറാത്തിലെ റാൻ ഓഫ് കച്ചിൽ അവസാനിക്കുന്നു. ഇതിന് 530 കി.മീറ്റർ നീളമുണ്ട്. ലൂണിനദി, അജ്മീർ, ബാർമെർ, ജാലോർ, ജോധ്പൂർ, നാഗ്വോർ, പാലി, നിരോധി ജില്ലകളിലൂടെ ഒഴുകുന്നു. സുക്രി, മിത്രി, ബാൻദി, ഖാരി, ജവായ്, ഗുഹിയ, സാഗി, ജങ്കാരി എന്നിവയാണ് പ്രധാന പോഷകനദികൾ. ഖഗ്ഗാറാണ് മറ്റൊരു നദി. ഇത് വർഷകാലത്ത് മാത്രമേ ഒഴുകൂ. ഹിമാചൽപ്രദേശിലെ ശിവാലിക് കുന്നുകളിൽ നിന്ന് ഉത്ഭവിക്കുന്ന ഖഗ്ഗാർ പഞ്ചാബിലൂടെയും ഹരിയാനയിലൂടെയും ഒഴുകി രാജസ്ഥാനിലെത്തുന്നു.

ജലസേചനത്തിനു വേണ്ട ജലം രാജസ്ഥാൻ കനാൽ പദ്ധതിയിലൂടെ ലഭിക്കുന്നു. ഇത് മരുഭൂമിയെ കൃഷിയോഗ്യമാക്കുന്നു. മരുവൽക്കരണത്തെ ഒരു പരിധിവരെ തടയാൻ ഇതിനു കഴിയുന്നു. ഈ കനാൽ ശൃംഖല പഞ്ചാബിൽനിന്നും ഹരിയാനയിൽനിന്നും ആരംഭിച്ച് രാജസ്ഥാനിലെ ജയ്സാൽമിറിൽ അവസാനിക്കുന്നു. കടുക്, പരുത്തി, ഗോതമ്പ് എന്നിവ കൃഷിചെയ്യുന്നതിന് ഈ കനാൽ ഉപയോഗപ്രദമാകുന്നു. നൂറുകണക്കിന് ആളുകൾക്ക് കുടിവെള്ളം ലഭ്യമാക്കാനും ഈ പദ്ധതി ഉപകരിക്കുന്നു.

തണുപ്പുകാലത്ത് ആഘോഷിക്കുന്ന ഉത്സവങ്ങൾ താർ മരുഭൂമിയിലെ ഒരു ആകർഷണമാണ്. വിവിധ വർണങ്ങളിലുള്ള വസ്ത്രങ്ങൾ അണിഞ്ഞ് ആളുകൾ നൃത്തം വയ്ക്കുകയും പാട്ടുപാടുകയും ചെയ്യുന്നു. ഒട്ടകത്തെ ആകർഷകമായി വസ്ത്രം ധരിപ്പിച്ച് മത്സരം നടത്തുന്നു. ഏറ്റവും നല്ല തലപ്പാവിനും മീശയ്ക്കുമൊക്കെ സമ്മാനമുണ്ട്.

ചോളിസ്ഥാൻ മരുഭൂമി

താർ മരുഭൂമിയോട് ചേർന്ന് കിടക്കുന്ന മരുഭൂമിയാണ് ചോളിസ്ഥാൻ. ഇതിന് ഏതാണ്ട്, 26,300 ചതുരശ്ര കിലോമീറ്റർ വിസ്തീർണമുണ്ട്. ചോളി എന്ന പദത്തിന് തുർക്കി ഭാഷയിൽ മരുഭൂമി എന്നാണ് അർഥം. പാകിസ്ഥാനിലെ ഏറ്റവും വലിയ മരുഭൂമിയാണത്. തദ്ദേശീയർ അതിനെ റോഹി എന്നാണ് വിളിക്കുന്നത്.

ക്രിമു 1200 ൽത്തന്നെ ഇവിടെ കൃഷി ആരംഭിച്ചിരുന്നത്രെ. സരസ്വതിയുടെ പോഷകനദിയായ ഹക്ര വറ്റിപ്പോയതോടെയാണ് ഇവിടം മരുപ്രദേശമായി മാറിയത്. സിന്ധൂനദീതടസംസ്കാരകാലത്തെ പല നഗരങ്ങളുടെയും അവശിഷ്ടങ്ങൾ ഇവിടെനിന്ന് കണ്ടെടുത്തിട്ടുണ്ട്. ഇരുനൂറ് വർഷങ്ങൾക്കു മുമ്പ് മണ്ണും വയ്ക്കോലും ഉപയോഗിച്ച് മനുഷ്യർ നിർമിച്ച വീടുകൾ ഇന്നും ഇവിടെ കാണാം. പക്ഷെ ഇന്ന് ജനങ്ങൾ സ്ഥിരമായി മരുഭൂമിയിൽ താമസിക്കുന്നില്ല. അവർ വെള്ളവും കന്നുകാലികൾക്കുള്ള ഭക്ഷണവും തേടി ഊരുകൾ തോറും സഞ്ചരിക്കുന്നു.

100 മി മീറ്ററിനും 200 മി മീറ്ററിനും ഇടയിലാണ് ഇവിടെ മഴ ലഭിക്കു

ചോളിസ്ഥാൻ മരുഭൂമി

ന്നത്. ജൂലൈ മുതൽ സപ്തംബർ വരെയുള്ള വേനൽക്കാലത്താണ് മഴ ലഭിക്കുന്നത്. വേനൽക്കാലത്ത് വലിയ ചൂട് അനുഭവപ്പെടുന്നു. ഒക്ടോബർ മുതൽ തണുപ്പുകാലമാണ്. ഉയർന്ന ചൂടിൽ ജീവിക്കാൻ കഴിയുന്ന തരം സസ്യങ്ങളാണ് ഇവിടെയുള്ളത്. താർ മരുഭൂമിയുടെ തുടർച്ചയാകയാൽ സസ്യജന്തുജാലങ്ങൾ താർ മരുഭൂമിയിൽ കാണപ്പെടുന്നവ തന്നെയാണ്.

ബഹവൻപൂർ ജില്ലയിൽ ആദ്യകാല ഭരണാധികാരികളുടെ ശവകുടീരങ്ങൾ ഉൾക്കൊള്ളുന്ന ദേരവാർ കോട്ട ഒരു ടൂറിസ്റ്റ് കേന്ദ്രമാണ്.

ഗോബി മരുഭൂമി

ചരിത്രത്തിൽ ഏറ്റവും പരാമർശിക്കപ്പെട്ട മരുഭൂമിയാണിത്. മാർക്കോ പോളോവിന്റെ സാഹസികയാത്രകൾ ഗോബി മരുഭൂമിയുടെ വിരിമാറിലൂടെയായിരുന്നു. ഏഷ്യ വൻകരയിലെ മംഗോളിയ, ചൈന എന്നീ രാജ്യങ്ങളിലാണ് ഇത് സ്ഥിതി ചെയ്യുന്നത്. തണുത്തുറഞ്ഞ ഈ മരുഭൂമിയിൽ മഞ്ഞുവീഴ്ച പതിവാണ്. വടക്ക് ആൻടൈ പർവതനിരകളും മംഗോളിയൻ പുൽപ്പരപ്പും അതിർത്തിയാവുമ്പോൾ തെക്കു പടിഞ്ഞാറ് ടിബറ്റൻ പീഠഭൂമിയാണ്. തെക്കു കിഴക്കാകട്ടെ, ചൈനയുടെ വടക്കൻ സമതലമാണ്. കിഴക്ക് പാമീർ പീഠഭൂമിയും പടിഞ്ഞാറ് വിൻഗാൻ മലനിരകളുമാണ്. പൗരാണിക കച്ചവടത്തിന് പേരുകേട്ട പട്ടുപാതയിലെ പല പ്രധാന പട്ടണങ്ങളും ഈ മരുഭൂമിയിലാണ്. ഹിമാലയൻ മലനിരകളാൽ സൃഷ്ടിക്കപ്പെട്ട മഴനിഴൽ മരുഭൂമിയാണ് ഗോബി മരുഭൂമി. ഏഷ്യയിലെ ഏറ്റവും വലിയ മരുഭൂമിയായ ഇതിന്റെ പടിഞ്ഞാറു ഭാഗം കൂടുതൽ വിശാലമാണ്. ഗോബി മരുഭൂമിയിൽ മണൽ കുറവാണ്. നിറയെ പാറക്കെട്ടുകളാണ്. ചൈനീസ് ഭാഷയിൽ ഈ മരുഭൂമിക്ക് പല പേരുകളും ഉണ്ട്. ഷാമോ

ഗോബി മരുഭൂമി

(മരുഭൂമി), ഹാൻഹൈ (അറ്റമില്ലാത്ത കടൽ) എന്നിങ്ങനെ പോകുന്നു പേരുകൾ.

സമുദ്രനിരപ്പിൽനിന്നും 910 മീറ്റർ മുതൽ 1500 മീറ്റർ വരെ ഉയരത്തിൽ സ്ഥിതി ചെയ്യുന്ന ഗോബി മരുഭൂമിയിൽ 194 മി മീറ്റർ മഴ ലഭിക്കുന്നു. സൈബീരിയൻ പുൽപ്പരപ്പുകളിൽനിന്നും വീശുന്ന തണുത്ത കാറ്റ് മഞ്ഞുപാളികളെ ഈ മരുഭൂമിയിലെത്തിക്കുന്നു. തണുപ്പുകാലത്ത് ഇവിടത്തെ താപനില -40 ഡിഗ്രി വരെ താഴും. ചൂടു കാലത്ത് അത് 50 ഡിഗ്രി സെൽഷ്യസ് വരെ ഉയരും. തെക്കുപടിഞ്ഞാറൻ കാലവർഷ കാറ്റുകൾ ഗോബി മരുഭൂമിയുടെ തെക്കു കിഴക്ക് ഭാഗത്ത് വന്നെത്തുന്നുണ്ട്. എങ്കിലും ഇവിടം വരണ്ടതാണ്. ഗോബി മരുഭൂമിയെ അഞ്ച് പാരിസ്ഥിതികഭൂമിശാസ്ത്ര മേഖലകളായി തിരിച്ചിരിക്കുന്നു.

1. കിഴക്കൻ മരുഭൂമി പുൽപ്പരപ്പ്

ഗോബി മരുഭൂമിയുടെ കിഴക്കുഭാഗത്ത് 2,81,800 ചതുരശ്ര കിലോമീറ്റർ വ്യാപിച്ചുകിടക്കുന്ന പുൽപ്പരപ്പാണിത്. ചൈനയിലെ മധ്യമംഗോളിയൻ സമതലത്തിൽനിന്ന് ആരംഭിക്കുന്ന ഈ പാരിസ്ഥിതികമേഖല വടക്ക് മംഗോളിയ വരെ പരന്നുകിടക്കുന്നു. വടക്കു ഭാഗത്ത് മംഗോളിയൻ മഞ്ചൂറിയൻ പുൽപ്പരപ്പാണ്. തെക്കുകിഴക്ക് മഞ്ഞനദീതടമാണ്. കിഴക്കും കിഴക്ക് പടിഞ്ഞാറും ആലാഷാൻ സമതലമാണ്. മലനിരകൾ, താഴ്ന്ന പ്രദേശങ്ങൾ, ഉപ്പുപാറകൾ, ചെറിയ കുളങ്ങൾ എന്നിവ ഇവിടെയുണ്ട്. മണ്ണൊലിപ്പ് മൂലം മേൽമണ്ണ് ഒഴുകിപ്പോയി പാറക്കെട്ടുകൾ

പുറത്ത് കാണപ്പെടുന്നു. പരന്ന ഉപരിതലത്തോടുകൂടിയ, പൊക്കം കുറഞ്ഞ മലനിരകൾ ഇവിടത്തെ പ്രത്യേകതയാണ്. കുളങ്ങളിൽ കാണപ്പെടുന്നത് ലവണജലമാണ്. ധാരാളം പുല്ലുകൾ വളർന്നുനിൽക്കുന്ന ഇവിടെ ഉള്ളി, കാലിഡിയം ഉള്ളി, വേംവുഡ് എന്നിവ വളരുന്നു. പല്ലികൾ, കുറുക്കൻ, ചെന്നായ, മാൻ, തത്ത, കൊക്ക് എന്നിവയാണ് ഇവിടത്തെ താമസക്കാർ.

2. ആലാഷാൻ അർധ മരുഭൂമി

ഗോബി മരുഭൂമി പുൽപ്പരപ്പിന്റെ പടിഞ്ഞാറുഭാഗത്താണ് ആലാഷാൻ അർധമരുഭൂമി. ചെറിയ കുന്നുകളും സമതലമരുപ്രദേശവുമാണ് ഇവിടം. ലിറ്റിൽ ഗോബി എന്നാണ് ഈ പ്രദേശം അറിയപ്പെടുന്നത്. ഈ ഭൂപ്രദേശത്തിന്റെ വടക്ക് ഗോബി ആൻഡിമലനിരകളാണ്. തെക്കു കിഴക്ക് ഭാഗത്ത് ഹെലൻ മലനിരകൾ, വടക്കു പടിഞ്ഞാറ് ഭാഗത്ത് ടിബറ്റൻ പീഠഭൂമി. കിലോമീറ്ററുകളോളം മണൽ മാത്രം നിറഞ്ഞു കാണുന്ന ഇവിടത്തെ മണൽപ്പരപ്പ് ചക്രവാളം വരെ നീണ്ടുകിടക്കുന്നു. ചെറിയ കുറ്റിച്ചെടികൾ, ഔഷധച്ചെടികൾ, വേംവുഡ്, അക്കേഷ്യ എന്നിവ ഇവിടെ വളരുന്നു. മരങ്ങൾക്കെല്ലാം പൊക്കം കുറവാണ്.

3. ഗോബി ലേക്സ് വാലി ഡെസർട്ട് സ്റ്റെപ്പി

ആലാഷാൻ പീഠഭൂമിയുടെ വടക്കേ ഭാഗത്താണ് ഈ ഭൂപ്രദേശം. ഈ പ്രദേശത്തിന്റെ വടക്ക് ഗോബി ആൾടായ് പർവതനിരകളും തെക്ക് വാൻഗായ് പർവതനിരകളുമാണ്.

4. ജുൻഗാരിയൻ സമതല അർധമരുഭൂമി

ചൈനയുടെ വടക്കുഭാഗമായ സിൻജിയാങ് പ്രവിശ്യ മുതൽ മംഗോളിയയുടെ തെക്ക് കിഴക്കൻ മൂലവരെ വ്യാപിച്ചുകിടക്കുന്നു. ഈ പ്രദേശത്തിന്റെ വടക്ക് ആൾട്ടായ് പർവതനിരകളും തെക്ക് ടിയാൻഷാൻ മലനിരകളുമാണ്. കിഴക്ക് ആലാഷാൻ പീഠഭൂമിയും പടിഞ്ഞാറ് എമിൻ വാലി സ്റ്റെപ്പിയുമാണ്.

5. ടിയാൻ ഷാൻ പർവതനിര

ഈ പർവതനിരകൾ തക്‌ലമാക്കാൻ മരുഭൂമിയെ ജുൻഗാർ അർധമരുഭൂമിയിൽനിന്നും വേർതിരിച്ച നിറുത്തുന്നു. ഇതിന്റെ തെക്കുഭാഗം മുഴുവൻ ടിബറ്റൻ പീഠഭൂമിയിലെ മലനിരകളാണ്.

അലഞ്ഞു തിരിഞ്ഞു നടക്കുന്നവരാണ് ഗോബി മരുഭൂമിയിലെ താമസക്കാർ. മംഗോളിയക്കാരും കസാക്കികളും ഇവരിൽ ഉൾപ്പെടുന്നു.

അടുത്ത കാലത്തായി അപകടകരമാം വിധം ഗോബി മരുഭൂമിയുടെ വിസ്തൃതി കൂടി വരികയാണ്. ഇത് തടയാനായി ചൈനീസ് സർക്കാർ

ടിയാൻ ഷാൻ പർവതനിര

കൊണ്ടുവന്ന പദ്ധതിയാണ് 'ചൈനയുടെ ഹരിതമതിൽ'. വലിയൊരു നിര മരങ്ങൾ നട്ടുപിടിപ്പിച്ചാണ് ചൈന ഈ പദ്ധതി നടപ്പാക്കുന്നത്.

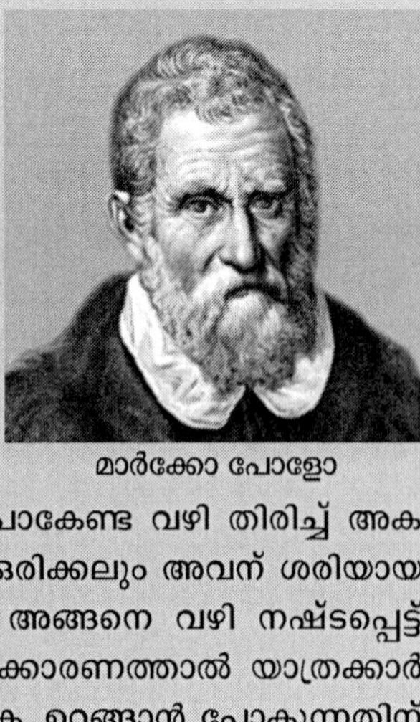

മാർക്കോ പോളോ

ഒരുവൻ രാത്രി ഈ മരുഭൂമിയിലൂടെ സഞ്ചരിക്കാൻ ഇടവരികയാണെന്നിരിക്കട്ടെ, യാത്രയുടെ താളത്തിൽ അവൻ ഉറങ്ങിപ്പോയെന്നിരിക്കട്ടെ. ഇനി എങ്ങനെയാണ് വീണ്ടും ചങ്ങാതിമാരോടൊപ്പം കൂടുക? അതിനായി ശ്രമിക്കുമ്പോൾ അവൻ ആത്മാക്കളുടെ ശബ്ദങ്ങൾ കേൾക്കുന്നു. ആ ശബ്ദങ്ങൾ നമ്മുടെ ചങ്ങാതിമാരുടേതുപോലെ. അവർ അവനെ പേർ ചൊല്ലി വിളിക്കുകയാണ്. പലപ്പോഴും ആ ശബ്ദങ്ങൾ അവനെ പോകേണ്ട വഴി തിരിച്ച് അകലേക്ക് കൊണ്ടെത്തിക്കുന്നു. പിന്നെ ഒരിക്കലും അവന് ശരിയായ വഴിയിലേക്ക് തിരിച്ചെത്താനാകില്ല. അങ്ങനെ വഴി നഷ്ടപ്പെട്ട് അവൻ മരുഭൂമിയിൽ ഒടുങ്ങുന്നു. ഇക്കാരണത്താൽ യാത്രക്കാർ എപ്പോഴും കൂട്ടമായാണ് സഞ്ചരിക്കുക. ഉറങ്ങാൻ പോകുന്നതിന് മുമ്പ് നമ്മൾക്ക് പോകേണ്ട ദിക്കിലേക്ക് ചൂണ്ടുന്ന എന്തെങ്കിലും

അടയാളം വയ്ക്കാൻ അവർ ശ്രദ്ധിക്കുന്നു. അവർ സഞ്ചരിക്കാൻ ഉപയോഗിക്കുന്ന മൃഗങ്ങളുടെ കഴുത്തിൽ ചെറിയ മണികൾ തൂക്കും. ആ ശബ്ദം കേട്ട് അവറ്റകളെ വഴി തെറ്റാതെ നടത്തിക്കൊണ്ടുപോകാൻ അവർക്ക് കഴിയും.

- മാർക്കോ പോളോ

1254 മുതൽ 1324 വരെ ജീവിച്ചിരുന്ന മാർക്കോപോളോയാണ് സിൽക്ക് പാതയിലൂടെ സഞ്ചരിച്ച ഏറ്റവും പ്രശസ്തനായ പാശ്ചാത്യ യാത്രികൻ. അദ്ദേഹം 24 വർഷക്കാലം ഏഷ്യയിലൂടെ യാത്ര ചെയ്തു. 1254 ൽ വെനീസിലാണ് മാർക്കോപോളോ ജനിച്ചത്. അക്കാലത്ത് വെനീസ് മെഡിറ്ററേനിയനിലെ വ്യാപാരകേന്ദ്രമായിരുന്നു. ഇറ്റാലിയൻ, ഫ്രഞ്ച്, ലാറ്റിൻ മുതലായ ഭാഷകളിൽ അദ്ദേഹം പ്രാവീണ്യം നേടിയിരുന്നു. പ്രകൃതി, ജീവജാലങ്ങൾ എന്നിവയിലെല്ലാം അദ്ദേഹം തൽപ്പരനായിരുന്നു.

തന്റെ യാത്രാവിവരണത്തിൽ മാർക്കോപോളോ ഗോബി മരുഭൂമിയെക്കുറിച്ച് ഇങ്ങനെ പറയുന്നു: "ഈ മരുഭൂമിയുടെ ഒരറ്റം മുതൽ മറ്റേ അറ്റം വരെ സഞ്ചരിക്കാൻ ഒരുവർഷം വേണ്ടിവരും. നിറയെ മലനിരകളും താഴ്വാരങ്ങളും മണലാരണ്യവുമാണ്. തിന്നാൻ ഒന്നും കിട്ടില്ല." പക്ഷെ ഈ പാത സുരക്ഷിതമാണ് എന്നും അദ്ദേഹം കൂട്ടിച്ചേർക്കുന്നു.

ചൈനയിലെ ചക്രവർത്തിയായ കുബ്ലൈ ഖാൻ ബഹുഭാഷാപണ്ഡിതനായ മാർക്കോപോളോയെ അദ്ദേഹത്തിന്റെ സദസിലെ അംഗമാക്കി. അദ്ദേഹത്തിന്റെ പ്രതിനിധിയായി ഇന്ത്യയിലേക്കും ബർമയിലേക്കും യാത്രചെയ്തു. പതിനേഴ് വർഷം അദ്ദേഹം കുബ്ലൈ ഖാന്റെ സദസിൽ അംഗമായി പ്രവർത്തിച്ചു.

ദാഷ്തെ-കാവീർ

ഇറാനിയൻ പീഠഭൂമിയുടെ മധ്യഭാഗത്താണ് ഇതിന്റെ സ്ഥാനം. ലോകത്തിലെ പ്രധാനപ്പെട്ട ഉപ്പ് മരുഭൂമികളിൽ ഒന്നായ ഇതിനെ മഹാലവണ മരുഭൂമി എന്നും പറയാറുണ്ട്. വലിപ്പത്തിൽ ഇത് ലോകത്തിലെ 23-ാമത് മരുഭൂമിയാണ്. 77,600 ചതുരശ്രമീറ്റർ ചുറ്റളവുള്ള ഇതിന് 800 കി മീറ്റർ നീളവും 320 കി മീറ്റർ വീതിയും ഉണ്ടെന്ന് കണക്കാക്കുന്നു. വടക്കു പടിഞ്ഞാറ് അൽബറോസ് മലനിരകൾ മുതൽ തെക്കു കിഴക്ക് ഡാഷ് ഇ ലൂട്ട് മരുഭൂമിവരെയാണ് ഇതിന്റെ വിസ്തൃതി. മഴയില്ലാത്ത വരണ്ട പ്രദേശമാണ്. ഒരുകാലത്ത് ഉപ്പ് നിറഞ്ഞ ചതുപ്പായിരുന്നു ഇവിടം. കാവീർ എന്ന വാക്കിനർഥം തന്നെ ഉപ്പ് നിറഞ്ഞ ചതുപ്പ് എന്നാണ്.

വേനൽക്കാലത്ത് താപനില 50 ഡിഗ്രി സെൽഷ്യസ് വരെ ഉയരും. മണലും വെള്ളാരങ്കല്ലും നിറഞ്ഞ ഈ പ്രദേശത്തെ കുളങ്ങളും ചെറുതടാകങ്ങളും കനത്ത ചൂടിനാൽ ജലം നഷ്ടപ്പെട്ട് വിണ്ടുകീറി കിടക്കും.

ദാഷ്തെ-കാവീർ

ഇടയ്ക്കിടയ്ക്ക് ഉണ്ടാകുന്ന കൊടുങ്കാറ്റുകൾ 40 മീറ്റർ വരെ ഉയരമുള്ള മണൽക്കൂമ്പാരങ്ങൾ സൃഷ്ടിക്കുന്നു.

ചെറുതരം പുല്ലുകളും കുറ്റിച്ചെടികളും മാത്രമാണ് ഇവിടെ വളരുന്നത്. മഗ്വേർട്ട് എന്നറിയപ്പെടുന്ന ഒരിനം ചെടിയാണ് ഇവിടെ ധാരാളമായി കണ്ടുവരുന്നത്.

വിവിധതരം പക്ഷികൾ ഇവിടെയുണ്ട്. കാട്ടുചെമ്മരിയാട്, ചെന്നായ, കുറുക്കൻ, ചെമ്പുലി, കാട്ടുകഴുത എന്നീ മൃഗങ്ങളെ മരുഭൂമിയുടെ ചില ഭാഗങ്ങളിൽ കണ്ടുവരുന്നു.

ഡാഷ്-ഇ-ലൂട്ട്

ഇറാനിന്റെ തെക്ക് ഭാഗത്ത് സ്ഥിതി ചെയ്യുന്ന വലിയ ലവണ മരുഭൂമിയാണിത്. വലിപ്പത്തിൽ ലോകത്തിലെ മരുഭൂമികളിൽ 28-ാംസ്ഥാനമാണ് ഇതിനുള്ളത്. 480 കി മീറ്റർ നീളവും 320 കിലോമീറ്റർ വീതിയും

ഡാഷ്-ഇ-ലൂട്ട്

ഇതിനുണ്ട്. സമുദ്രനിരപ്പിൽനിന്നും 190 മീറ്റർ ഉയരത്തിലാണ് മരുഭൂമിയിലെ ഏറ്റവും താഴ്ന്ന പ്രദേശം. വസന്തകാലത്ത് കെർമൻ പർവതത്തിൽനിന്ന് ജലം ഒഴുകിയെത്തുമെങ്കിലും മരുഭൂമിയിൽ എത്തുന്നതോടെ അത് വറ്റിവരണ്ടുപോകും. പാറയും മണലും ഉപ്പും മാത്രം ബാക്കി അവശേഷിക്കുന്നു. കാറ്റ് മണ്ണിനെ അടിച്ചുകൊണ്ടുപോകുന്നതിനാൽ കൂർത്ത തിട്ടകൾ രൂപപ്പെടുന്നു. ഈ തിട്ടകൾ യാർഡ്ങ്സ് എന്നാണ് അറിയപ്പെടുന്നത്. ഒട്ടേറെ വലിയ ഭൂകമ്പങ്ങൾ ഈ മരുഭൂമിയിൽ ഉണ്ടായിട്ടുണ്ട്.

ഭൂമിയിൽ ഏറ്റവും കൂടുതൽ ചൂട് അനുഭവപ്പെടുന്ന പ്രദേശം ലൂട്ട് മരുഭൂമിയാണ്. ഏറ്റവും ഉയർന്ന താപനില രേഖപ്പെടുത്തിയത് 71 ഡിഗ്രി സെൽഷ്യസ് ആണ്. കുറഞ്ഞ താപനില - 17 ഡിഗ്രി സെൽഷ്യസും. വറുത്ത ഗോതമ്പ് എന്നർഥം വരുന്ന കാൻഡം ബെറിയൻ എന്ന പ്രാദേശിക ഭാഷാപദം കൊണ്ടാണ് ഡാഷ്-ഇ- ലൂട്ടിനെ വിശേഷിപ്പിക്കുന്നത് 100 മി മീറ്ററിൽ കുറവാണ് ഇവിടെ ലഭിക്കുന്ന മഴ. മഴ പെയ്താൽ ചിലപ്പോൾ പെട്ടെന്ന് വെള്ളപ്പൊക്കം ഉണ്ടാകും.

ലൂട്ട് മരുഭൂമിയുടെ കിഴക്കുഭാഗത്ത് പീഠഭൂമിയാണ്. ഇവിടെ തിട്ടകളും മണൽക്കൂനകളുമുണ്ട്. ഇവിടെ 40 അഗ്നിപർവതശിഖരങ്ങൾ ഉണ്ട്. കറുത്ത അഗ്നിപർവതലാവയാൽ മൂടപ്പെട്ടിരിക്കുന്ന പ്രതലമാണ് ഇവിടെയുള്ളത്. മധ്യഭാഗം പരന്ന പ്രദേശമാണ്. ഇവിടെ മണൽക്കൂനകൾ കാണപ്പെടുന്നു. പടിഞ്ഞാറ് മണൽക്കൂനകളാണ്.

ചിലതരം പല്ലികൾ, പല്ലുതേയ്ക്കുന്ന ബ്രഷ് പോലെയുള്ള വാലുള്ള പ്രത്യേകതരം എലി, മണൽപ്പൂച്ച, ദേശാടനപ്പക്ഷികൾ, കുറുക്കൻ, ചെമ്മരിയാട് എന്നിങ്ങനെ വളരെക്കുറച്ച് ജീവികളേ ഇവിടെയുള്ളൂ. കുറ്റിച്ചെടികളും പുല്ലുകളും കാണപ്പെടുന്ന പ്രദേശത്താണ് ഇവയെ സാധാരണയായി കാണുന്നത്.

കരാക്കും

മധ്യേഷ്യയിലെ മറ്റൊരു മരുഭൂമിയാണ് കരാക്കും. ഗരാക്കും എന്നും പറയാറുണ്ട്. ഈ വാക്കിനർഥം കറുത്ത മണൽ എന്നാണ്. തുർക്ക്മേനിസ്താന്റെ 70 ശതമാനവും ഈ മരുഭൂമിയിലാണ്. ഏതാണ്ട് 35,0000 ചതുരശ്ര കിലോമീറ്റർ വിസ്തൃതിയുണ്ട്.

പ്രധാനമായും മൂന്ന് പ്രദേശങ്ങളാണ് ഈ മരുഭൂമിയിൽ ഉള്ളത്. വടക്ക് ഉൻഗസ് കരാക്കും. മധ്യഭാഗത്ത് താരതമ്യേന താഴ്ന്നു കിടക്കുന്ന മധ്യകരാക്കും. തെക്കു കിഴക്ക് ഭാഗത്തുള്ള കരാക്കുമിൻ ഉപ്പ് നിറഞ്ഞ ചതുപ്പാണ്. മരുഭൂമിയുടെ പല ഭാഗത്തും ശക്തിയായ കാറ്റ് വീശുന്നു. അതു മൂലം മണ്ണൊലിപ്പ് ഉണ്ടാകുന്നു. 75 മീറ്റർ മുതൽ 90 മീറ്റർ വരെ ഉയരമുള്ള മണൽത്തിട്ടകൾ കാറ്റ് മൂലം രൂപപ്പെടുന്നു. താഴ്വരകളിൽ കളിമണ്ണ് കലർന്ന മണ്ണാണ്.

മൂന്നു കോടി വർഷം മുമ്പ് ഇവിടം കടലായിരുന്നത്രെ. തെക്ക് ഭാഗത്ത് ക്രമേണ ഭൂമി ഉയർന്നു വന്നു. പിന്നീട് കടൽ പിൻവാങ്ങി ഇവിടം

കരാക്കും

കരയായി മാറി. അമുദാരിയ നദി ഇവിടേക്ക് ഒഴുകി വരികയും എക്കൽ മണ്ണും കളിമണ്ണും ഒഴുക്കിക്കൊണ്ടുവന്ന് ഈ പ്രദേശത്ത് നിക്ഷേപിക്കുകയും ചെയ്തു. കരാക്കും മരുഭൂമിയിലെ മണലിൽ 40 തരം ധാതുക്കൾ കാണപ്പെടുന്നു. ഹിന്ദുക്കുഷ് പർവതത്തിൽനിന്ന് മുർഗാബ്, തേജൂൻ എന്നീ നദികൾ ഇവിടേക്കൊഴുകുന്നു. എന്നാൽ അവ മരുഭൂമിയിൽ എത്തുന്നതോടെ വറ്റിപ്പോകുന്നു.

കടുത്ത ചൂടുള്ള നീണ്ട വേനൽക്കാലവും ചൂടുള്ള ശിശിരകാലവുമാണ് ഇവിടെയുള്ളത്. ഇവിടത്തെ തണുപ്പുകാലത്തെക്കുറിച്ച് നമുക്ക് പ്രവചിക്കാനാവില്ല. ഇരുപത്തിനാല് മണിക്കൂറിനുള്ളിൽ താപനിലയിൽ വലിയ വ്യതിയാനങ്ങൾ വരാറുണ്ട്. 20-ഡിഗ്രി സെൽഷ്യസ് എന്നതോതിൽനിന്ന് താപനില മണിക്കൂറുകൾക്കുള്ളിൽ 10 ഡിഗ്രി സെൽഷ്യസായി ഉയരാം. ജൂലൈ മാസത്തിൽ കനത്ത ചൂട് അനുഭവപ്പെടുന്നു. ഈ മാസത്തിന്റെ പകുതിയാകുന്നതോടെ 30 ഡിഗ്രി സെൽഷ്യസ് മുതൽ 34 ഡിഗ്രി സെൽഷ്യസ് വരെ താപനില ഉയരും. കാസ്പിയൻ കടൽത്തീരത്ത് താപനില കുറവാണ്. ജനുവരി മാസത്തിൽ തണുപ്പാണ്. അപ്പോൾ താപനില -4 ഡിഗ്രി സെൽഷ്യസിനും 4 ഡിഗ്രി സെൽഷ്യസിനും ഇടയിലായിരിക്കും. മരുഭൂമിയുടെ വടക്കു ഭാഗത്ത് 70 മി മീറ്ററും തെക്ക് ഭാഗത്ത് 15 മി മീറ്ററും മഴ ലഭിക്കുന്നു. ഡിസംബർ മുതൽ ഏപ്രിൽ വരെയുള്ള തണുപ്പ് കാലത്താണ് മഴ ലഭിക്കുന്നത്.

കുറ്റിച്ചെടികളും പുല്ലും മരങ്ങളും ഇവിടെ വളരുന്നു. മഴ തുടങ്ങുമ്പോൾ പലതരം പുല്ലുകൾ കിളിർത്തു തുടങ്ങും. ഉറുമ്പ്, വണ്ട്, ചിലന്തി, പല്ലി, പാമ്പ്, ആമ തുടങ്ങിയ ജീവികൾ ഈ മരുഭൂമിയിലെ താമസക്കാരാണ്. കൂടാതെ സ്കൈലാർക്ക്, പലതരം കുരുവികൾ എന്നിവയും പന്നി, പൂച്ച, ചെറുമാനുകൾ, ഒട്ടകം എന്നീ മൃഗങ്ങളും ഇവിടെയുണ്ട്.

6.5 ചതുരശ്ര കിലോമീറ്ററിന് ഒരാൾ വീതമാണ് ഇവിടത്തെ ജനസാന്ദ്രത. പ്രധാനമായും തുർക്ക്മാനികളാണ് ഇവിടെ താമസിക്കുന്നത്. അവർ സ്ഥിരമായി ഒരിടത്തും താമസിക്കാറില്ല. അമുദാരിയ നദിയിലും കാസ്പിയൻ കടലിലും അവർ മീൻപിടിക്കുന്നു. ഇന്ന് മരുഭൂമിയുടെ പല ഭാഗത്തും ചെറിയ പട്ടണങ്ങൾ രൂപപ്പെട്ടിട്ടുണ്ട്. എണ്ണയും പ്രകൃതിവാതകവും കണ്ടെത്തിയതോടെ പുതിയ നഗരങ്ങൾ രൂപം കൊണ്ടു.

പണ്ട് ആഴമുള്ള കിണറുകൾ കുത്തി അവിടത്തുകാർ മഴക്കാലത്ത് ജലം ശേഖരിച്ചിരുന്നു. ഇന്ന് അമുദാരിയ നദിയിൽ നിർമിച്ച കാരക്കും കനാൽ ഇവിടത്തെ പല ഭാഗത്തെയും കൃഷിയോഗ്യമാക്കിയിരിക്കുന്നു. ശുദ്ധമായ പരുത്തി, കന്നുകാലിത്തീറ്റ, പലതരം പഴങ്ങൾ എന്നിവ ഇവിടെ കൃഷിചെയ്തുവരുന്നു.

കൈസിൻക്കും

ലോകത്തിലെ മരുഭൂമികളിൽ 11-ാം സ്ഥാനമാണ് കൈസിൻക്കും മരുഭൂമിക്കുള്ളത്. ക്വസിൻകു എന്ന് ഇതിനെ വിളിക്കാറുണ്ട്. 'ചുവന്ന മണൽ' എന്നാണ് ഈ പേരിനർഥം. മധ്യേഷ്യയിലെ അമുദാരിയ നദിയുടെയും സൈർദാരിയ നദിയുടെയും ഇടയിലാണ് ഇതിന്റെ സ്ഥാനം. കസാക്കിസ്താൻ, ഉസ്ബെക്കിസ്താൻ, തുർക്ക്മേനിസ്താൻ എന്നീ രാജ്യങ്ങളിലായി ഈ മരുഭൂമി പരന്നുകിടക്കുന്നു. 298000 ചതുരശ്ര കിലോമീറ്റർ വിസ്തൃതി ഇതിനുണ്ട്. സമുദ്ര നിരപ്പിൽനിന്നും 300 മീറ്റർ ഉയരത്തിലാണ് ഈ മരുഭൂമി സ്ഥിതി ചെയ്യുന്നത്.

കൈസിൻകും മരുഭൂമിയുടെ അധികഭാഗവും മണൽക്കൂമ്പാരങ്ങളാണ്. വടക്കു പടിഞ്ഞാറ് ഭാഗത്തെ മേൽമണ്ണിൽ കളിമണ്ണ് കാണപ്പെടുന്നു. 760 മീറ്റർ മുതൽ 960 മീറ്റർ വരെ ഉയരമുള്ള മലകളും ഇവിടെയുണ്ട്.

മെയ് മുതൽ സപ്തംബർ വരെ നീണ്ടുനിൽക്കുന്ന വേനൽക്കാലത്ത് താപനില ഉയർന്നിരിക്കും. നീണ്ട വേനൽക്കാലമാണ് ഇവിടെ അനുഭവപ്പെടുന്നത്. ഒക്ടോബർ മുതലാരംഭിക്കുന്ന തണുപ്പുകാലത്താണ് കുറച്ചെങ്കിലും മഴ ലഭിക്കുന്നത്. മഴക്കാലത്ത് രൂപപ്പെടുന്ന ചെറിയ തടാകങ്ങൾക്കരികിൽ ചില മരുപ്പച്ചകൾ നിലനിൽക്കുന്നു.

റഷ്യൻ ആമ, ഒൻസ് കാസ്പിയൻ മോണിറ്റർ എന്നറിയപ്പെടുന്ന വലിയ പല്ലികൾ, ബുക്കാറഡീർ, അപൂർവ ഇനത്തിൽ പെട്ട സ്വർണപ്പരുന്ത് എന്നിവയാണ് ഇവിടെ കാണപ്പെടുന്ന പ്രധാന ജീവികൾ. മാൻവർഗത്തിൽ പെടുന്ന സൈഗമാനുകൾ ഇടയ്ക്ക് വടക്കുഭാഗത്തുകൂടി ഇവിടേക്ക് വരാറുണ്ട്.

ഇവിടെ കാണപ്പെടുന്ന മിക്കവാറും സസ്യങ്ങൾ തണുപ്പുകാലത്തും വസന്തകാലത്തും മാത്രം നിലനിൽക്കുന്നവയാണ്. വേനൽക്കാലത്ത് അവയെല്ലാം ഉണങ്ങിപ്പോകുന്നു.

സ്വർണം, യുറേനിയം, ചെമ്പ്, അലൂമിനിയം, വെള്ളി, പെട്രോളിയം എന്നിവയുടെ കനത്ത നിക്ഷേപം മരുഭൂമിയിൽ ഉണ്ട് പക്ഷെ അവ വേണ്ടത്ര ഖനനം ചെയ്യപ്പെട്ടിട്ടില്ല.

ലോപ് മരുഭൂമി

ലോപിനോർ എന്നുകൂടി അറിയപ്പെടുന്ന ഈ മരുഭൂമി ചൈനയിൽ സ്ഥിതി ചെയ്യുന്നു. സമുദ്രനിരപ്പിൽനിന്ന് 1030 മീറ്റർ മുതൽ 1040 മീറ്റർ വരെ ഉയരത്തിലാണ് ഇതിന്റെ സ്ഥാനം. മുൻപ് ഇവിടം ചതുപ്പായിരുന്നു. ആദ്യകാലരേഖകൾ പരിശോധിക്കുമ്പോൾ കാണുന്നത് ലോപ് മരുഭൂമി നിൽക്കുന്ന ഇടത്ത് 150 കി മീ വ്യസമുള്ള ഒരു തടാകമുണ്ടായിരുന്നു എന്നാണ്. ഇന്ന് വറ്റി വരണ്ടുപോയ തടാകത്തിൽ 30 മുതൽ 100 സെ. മീ കനത്തിൽ ഉപ്പ് കാണപ്പെടുന്നു. ഈ തടാകത്തിനു ചുറ്റും ഫലപുഷ്ടിയുള്ള പ്രദേശങ്ങളായിരുന്നത്രെ. 20-ാം നൂറ്റാണ്ടിന്റെ ആരംഭത്തിൽ ടറിൻ നദി വറ്റിപ്പോയതോടെയാണ് ഇത് മരുഭൂമിയായിത്തീർന്നത്. ടറിൻ നദിയുടെ ഗതിയിൽ ഏറ്റവും താഴ്ന്നുകിടക്കുന്ന പ്രദേശമാണ് ഇത്. ഇപ്പോഴും ആർദ്രതയുള്ള നദീതടത്തിന്റെ ചില ശേഷിപ്പുകൾ ഇവിടെ കാണാം. ചിലയിടങ്ങളിൽ മണലിനു മുകളിലായി മഞ്ഞ നിറത്തിലുള്ള കളിമണ്ണ് കണ്ടുവരുന്നു.

പുരാതന പട്ടുപാതയിലെ പ്രധാനകേന്ദ്രമായിരുന്നു ഒരുകാലത്ത് ഈ പ്രദേശം. പിന്നീട് അത് വറ്റിവരണ്ടു. പാതയിലൂടെ വാണിജ്യസംഘങ്ങൾ യാത്ര തുടങ്ങിയതോടെ ഏറെ മനുഷ്യജീവൻ ഇവിടെ പൊലിഞ്ഞു വീണിട്ടുണ്ട്. ഗോബി മരുഭൂമിയിൽനിന്നും ഊരുതെണ്ടി ജീവിക്കുന്നവരാണ് ഇടയ്ക്ക് ഇവിടെ വന്ന് ഉപജീവനം തേടുന്നത്.

ബൈഷാൻ മലനിരകളാണ് ഇതിന്റെ കിഴക്ക് ഭാഗത്ത്. പടിഞ്ഞാറു ഭാഗത്ത് തക്‌ലമകാൻ മരുഭൂമി. തെക്കു ഭാഗത്ത് അർജിൻ മലനിരകളും വടക്ക് ഭാഗത്ത് കുറുഗ്ടാഗ് മലനിരകളുമാണ്. ഏതാണ്ട് 20000 ചതുരശ്ര കിലോമീറ്ററാണ് ഇതിന്റെ വിസ്തൃതി.

വളരെ ഊഷരമായ കാലാവസ്ഥയാണ് ഇവിടെ അനുഭവപ്പെടുന്നത്. കഠിനമായ കാലാവസ്ഥയും മണൽക്കാറ്റും നിരവധിപ്പേരുടെ ജീവൻ കവർന്നിട്ടുണ്ട്. വാർഷിക വർഷപാതം 20 മി മീറ്ററിനും 70 മി മീറ്ററിനും ഇടയിലാണ്. അതേ സമയം ബാഷ്പീകരണത്തോത് വളരെ കൂടുതലാണ്. ഫെബ്രുവരി മുതൽ ജൂൺ വരെ വടക്കു കിഴക്കു ഭാഗത്തുനിന്നും ശക്തിയായി കാറ്റു വീശും. മൂന്നു നാലു ദിവസം ഇടവിട്ട് കൊടുങ്കാറ്റും ഉണ്ടാവും. വേനൽക്കാലത്ത് കടുത്ത ചൂടാണ്. താപനില 43 ഡിഗ്രി സെൽഷ്യസിനും 50 ഡിഗ്രി സെൽഷ്യസിനും ഇടയിലായിരിക്കും. തണുപ്പ് കാലത്ത് മഞ്ഞ്‌വീഴ്ച ഉണ്ടാകാറില്ല.

ശക്തമായ മണൽക്കാറ്റ് മൂലം മണൽ നീക്കം ചെയ്യപ്പെടുന്നതിനാൽ കടുപ്പമേറിയ പാറക്കൂട്ടങ്ങൾ ഉയർന്നുകാണാം. മലനിരകൾക്കിടയിലൂടെ വീശിയടിക്കുന്ന കാറ്റിന് ശക്തി കൂടും. ഇത്തരത്തിലുള്ള ഒരു വിടവ് ഈ പ്രദേശത്തുണ്ട്. ആ വിടവിലൂടെ പടിഞ്ഞാറുനിന്നും വീശിയടിക്കുന്ന കാറ്റ് നാളിയിലൂടെന്നപോലെ മണലിനെ ഊതിത്തെറിപ്പിച്ച് വലിയ മൺക്കൂനകൾ ഉണ്ടാകുന്നു.

ഈ മരുഭൂമിയിലെ മരുപ്പച്ചയാണ് ലാലാൻ. ക്രോയാൻ, ക്രോയിന എന്നീ പേരുകളിൽ അറിയപ്പെടുന്ന ഈ പ്രദേശം പട്ടുപാതയിലെ ഒരു പഴയ രാജ്യമായിരുന്നു. ലോപ്നർ തടാകത്തിന്റെ പടിഞ്ഞാറൻ തീരത്തുനിന്നാണ് ഈ രാജ്യത്തിന്റെ അവശിഷ്ടങ്ങൾ കണ്ടുകിട്ടിയത്. 1980 ൽ ഇവിടെനിന്ന് ഏകദേശം 3800 വർഷം പഴക്കമുണ്ടെന്ന് കരുതപ്പെടുന്ന ഒരു മമ്മി കണ്ടെടുക്കുകയുണ്ടായി. ഒരു സ്ത്രീയുടേതായിരുന്നു ഈ മമ്മി.

ഗോബി കരടി, കാട്ടുകഴുത, കറുത്തവാലുള്ള മാനുകൾ, ഒട്ടകം എന്നിവ ഇവിടെ ജീവിക്കുന്നു. ഇവിടെ കാണപ്പെടുന്ന പ്രത്യേക ഇനം ഒട്ടകമായ ബാക്റ്റീരിയൻ ഒട്ടകത്തെ സംരക്ഷിക്കാനായി ഒരു കേന്ദ്രം ഇവിടെ ഉണ്ട്.

തക്ലമകാൻ മരുഭൂമി

ചൈനയുടെ പടിഞ്ഞാറ് ഭാഗത്ത് 337,000 ചതുരശ്ര കിലോമീറ്റർ പരന്നു കിടക്കുന്ന തക്ലമകാൻ മരുഭൂമിക്ക് 1000 കിലോമീറ്റർ നീളവും 400 കിലോമീറ്റർ വീതിയും കണക്കാക്കുന്നു. ഇതിന്റെ തെക്കുഭാഗം കൂൺലൻ പർവതനിരകളും പടിഞ്ഞാറ് പാമീർ പീഠഭൂമിയും വടക്ക് യാൻഷാൻ പർവതനിരകളുമാണ്. 'തിരിച്ചുവരാത്തയിടം' എന്നത്രെ തക്ലമകാൻ എന്നപദത്തിനർഥം. 13-ാം നൂറ്റാണ്ടിൽ മാർക്കോപോളോ ഈ മരുഭൂമിയിലൂടെ സഞ്ചരിച്ചിട്ടുണ്ട്.

ലൂർ മരുഭൂമിയെപ്പോലെ തക്ലമകാൻ തെക്കുനിന്നും വടക്കോട്ട് ചരിഞ്ഞു കിടക്കുന്നതിനാൽ കൂൺലൻ പർവതനിരയിൽനിന്നും ഉത്ഭവിക്കുന്ന നദികൾ ഇവിടെ വന്നെത്തുന്നു. ഇത് മരുഭൂമിയുടെ മധ്യഭാഗത്ത് കൂടി ഒഴുകുന്നു. ഹിമാനി ഉരുകിയാണ് ഈ നദി ഉണ്ടാകുന്നത്. ഹോട്ടൻ നദി വേനൽക്കാലത്ത് ഇടയ്ക്കിടയ്ക്ക് സജീവമാകുന്നു. ടാറിം നദിയുടെ പോഷകനദിയായ ഹോട്ടൻ ഈ നദിയിലേക്ക് ജലമെത്തിക്കുന്നു. ലൂർ മരുഭൂമിയെപ്പോലെ ഇവിടെയും മണൽക്കാറ്റുകൾ സജീവമാണ്. 100 മുതൽ 300 വരെ ഉയരമുള്ള മണൽക്കൂനകൾ ഇവിടെ കാണാം. വാർഷിക താപനില പരമാവധി 39 ഡിഗ്രി സെൽഷ്യസ് വരെ എത്തിച്ചേരാറുണ്ട്. മഴ വളരെ കുറവാണ്. പടിഞ്ഞാറ് ഭാഗത്ത് 38 മിമീറ്ററിനും കിഴക്ക് ഭാഗത്ത് 10 മി മീറ്ററിനും താഴെ മാത്രമെ മഴ ലഭിക്കാറുള്ളൂ. മഴക്കാലം പൊതുവെ തണുപ്പുള്ളതാണ്. -20 സെൽഷ്യസ് വരെ താപനില താഴാറുണ്ട്.

കാറ്റു മൂലം മണൽക്കൂനകൾക്ക് സ്ഥാനചലനം സംഭവിക്കാറുണ്ട്. ഇത് സസ്യങ്ങളുടെ വളർച്ചയെ കാര്യമായി ബാധിക്കുന്നു. മണൽക്കൂന

തക്ലമകാൻ മരുഭൂമി

കൾക്കിടയിലെ താഴ്വരകളിൽ കുറ്റിച്ചെടികളും ഈറ്റകളും കാണാറുണ്ട്. മരുഭൂമിയുടെ അരികുകളിലും നദീതീരങ്ങളിലും ധാരാളം സസ്യങ്ങൾ വളരുന്നു.

ചെന്നായ, കുറുക്കൻ, സൈബീരിയൻ മാൻ എന്നിവ തക്ലമകാൻ മരുഭൂമിയിൽ കാണപ്പെടുന്ന ചില മൃഗങ്ങളാണ്. ഒരുകാലത്ത് കാട്ടൊട്ടകങ്ങൾ ഇവിടെ ധാരാളമുണ്ടായിരുന്നു. ഇപ്പോൾ അവയുടെ എണ്ണം വളരെ കുറഞ്ഞിരിക്കുന്നു. മുയൽ, വവ്വാൽ, എലി, മുള്ളൻപന്നി എന്നിവ ധാരാളമുണ്ട്.

തക്ലമകാനിൽ സ്ഥിരതാമസക്കാർ കുറവാണ്. ഹാൻ, സോഹുയി എന്നീ വർഗക്കാരാണ് ഇവിടെ ജീവിക്കുന്നത്. 1950 ൽ തക്ലമകാനുസമീപമുള്ള കോർലയിൽ എണ്ണനിക്ഷേപം കണ്ടെത്തി. 1980 ൽ മരുഭൂമിയുടെ തെക്കേ അതിരിലും മധ്യഭാഗത്തും വൻതോതിൽ എണ്ണ കണ്ടെത്തി. എണ്ണ ഖനനവുമായി ബന്ധപ്പെട്ട് ഇപ്പോൾ തുർക്കികൾ, കസാക്കികൾ എന്നിവർ ഇപ്പോൾ ഇവിടെ താമസിക്കുന്നുണ്ട്. ഭൂഗർഭജലം, പ്രകൃതി വാതകം എന്നിവയും ഇവിടെനിന്ന് ലഭിക്കുന്നുണ്ട്.

ഈ മരുഭൂമിയുടെ സമീപത്തുള്ള മരുപ്പച്ചകളാണ് മാരിൻ, കാഷ്ഗാർ, നിയ, യാർകണ്ട്, വോടാൻ എന്നിവ. ചൈനയിലെ പട്ടുപാതയോട് അടുത്താണിത്. ഈ നഗരത്തിലെ അന്തേവാസികളിൽ അധികവും ഇസ്ലാം മതവിശ്വാസികളാണ്. പണ്ട് പട്ടുപാതയിലെ ഒരു പ്രധാന വ്യാപാരകേന്ദ്രമായിരുന്നു ഇത്. ബുദ്ധമതത്തിന്റെ സ്വാധീനം വെളിവാക്കുന്ന ആദ്യകാല ബുദ്ധമത കൊത്തുപണികൾ ഇവിടെ കണ്ടെത്തിയിട്ടുണ്ട്.

3

അറേബ്യൻ മരുഭൂമി

ജോർദാൻ, ഇറാൻ, കുവൈറ്റ്, ദമാം, ഖത്തർ, സൗദി അറേബ്യ യു എ ഇ, യമൻ എന്നീ രാജ്യങ്ങളിലായി ഈ മരുഭൂമി വ്യാപിച്ചു കിടക്കുന്നു. 2,330,000 ചതുരശ്ര കിലോമീറ്റർ വിസ്തൃതി ഇതിനുണ്ട്. അറേബ്യൻ ഉപദ്വീപിന്റെ മുക്കാൽ ഭാഗവും ഈ മരുഭൂമിയാണ്. മരുഭൂമിയുടെ അധികഭാഗവും സൗദി അറേബ്യയിലാണ്. അറേബ്യൻ മരുഭൂമിയുടെ മൂന്നിൽ ഒരുഭാഗം പൂർണമായും മണൽ മൂടപ്പെട്ടു കിടക്കുന്നു. 700 അടിയോളം ഉയരമുള്ള മണൽത്തിട്ടകളും മണൽക്കൂനകളും ഇവിടെയുണ്ട്. കാറ്റിന്റെ രീതികൾക്കനുസരിച്ച് മണൽക്കൂനകളുടെ പ്രകൃതിയും മാറും. ഇപ്പോഴുള്ളതിൽ ഏറ്റവും വലിയ മണൽക്കൂനകൾ ലിവയും മനാഡീറുമാണ്. അവയ്ക്ക് കാറ്റിന്റെ പ്രവർത്തനഫലമായി അൽപ്പസ്വൽപ്പം സ്ഥാന വ്യത്യാസം ഉണ്ടാകുന്നുണ്ട്. പണ്ട് ഇവിടെ ധാരാളം മഴ പെയ്യാറുണ്ടായിരുന്നു. ഇതിന്റെ ഫലമായി കാത്സ്യം കാർബണേറ്റ് തുടങ്ങിയ ക്ഷാരങ്ങൾ ഈ ഭൂമിയിൽ ധാരാളം കണ്ടെത്താൻ കഴിഞ്ഞിട്ടുണ്ട്. കൂടാതെ തടാക അടിത്തട്ടുകളായ പ്ലായകൾ എന്നറിയപ്പെടുന്ന പ്രദേശവും മുതലകളുടെ ഫോസിലും മുൻപ് ഇവിടെയുണ്ടായിരുന്ന ജലസാന്നിധ്യത്തിന്റെ തെളിവുകളാണ്. കിഴക്കൻ ആഫ്രിക്കയിലും മധ്യ-പൂർവേഷ്യയിലും ഉണ്ടായ വരൾച്ചയുടെ ഫലമായാണ് ഇവിടം വരണ്ടുപോയത്.

വളരെ വരണ്ട കാലാവസ്ഥയാണ് ഈ മരുഭൂമിയിൽ അനുഭവപ്പെടുന്നത്. താപനില കടുത്ത ചൂടിനും കടുത്ത തണുപ്പിനുമിടയിൽ ചാഞ്ചാടിക്കൊണ്ടിരിക്കും. ചൂടുകാലത്ത് കഠിനമായ ചൂടാണ്. തണുപ്പുകാലത്താണെങ്കിൽ കഠിനമായ തണുപ്പായിരിക്കും. 35 മി മീറ്ററിൽ താഴെയാണ് മഴ.

എണ്ണനിക്ഷേപമാണ് അറേബ്യൻ മരുഭൂമിയുടെ പ്രധാന വരുമാന

മാർഗം. പ്രകൃതിവാതകം, ഫോസ്ഫേറ്റുകൾ, സൾഫർ എന്നിവ ഇവിടെനിന്ന് കുഴിച്ചെടുക്കുന്നു.

സുന്നി, ഷിയ വിഭാഗത്തിൽ പെടുന്നവരാണ് ഇവിടത്തെ ആദ്യകാല താമസക്കാർ. ഇന്ന് ലോകത്തിന്റെ വിവിധ ഭാഗങ്ങളിൽ നിന്നുമുള്ളവർ ഇവിടെ താമസിക്കുന്നുണ്ട്. വൻനഗരങ്ങൾതന്നെ മരുഭൂമിയിൽ രൂപപ്പെട്ടു കഴിഞ്ഞു. കടൽവെള്ളം ശുദ്ധീകരിച്ച് കുടിവെള്ളമാക്കുന്നതുപോലെ തന്നെ സസ്യങ്ങൾ നട്ടുവളർത്തുന്നതിനും ഉപയോഗിക്കുന്നു. പച്ചപ്പ് നിറഞ്ഞ ഉദ്യാനങ്ങൾ ഈ മരുഭൂമിയുടെ പലഭാഗത്തും നിർമിച്ചിട്ടുണ്ട്.

ഒട്ടകങ്ങൾ, ചെമ്മരിയാടുകൾ, ചെറുതരം മാനുകൾ, സ്വർണമണൽ മുയലുകൾ എന്നിവയെ ഇവിടെ കണ്ടുവരുന്നു. പ്രാദേശിക പക്ഷിയിനങ്ങൾ കൂടാതെ ദേശാടനപ്പക്ഷികളും ഇവിടെ വന്നെത്തുന്നു. വേനൽക്കാലത്തിന്റെ അവസാനത്തിലാണ് പ്രാദേശികപക്ഷികൾ മുട്ടയിടുന്നത്. പരുന്തുകൾ, കഴുകന്മാർ, വരയൻ, വാനമ്പാടികൾ, തവിട്ട് പുള്ള്, മൂങ്ങകൾ എന്നീ പക്ഷികൾ ഇവിടത്തെ സ്ഥിരതാമസക്കാരാണ്.

മരുഭൂമിയിലെ പ്രതികൂല കാലാവസ്ഥയെ അതിജീവിച്ചുകൊണ്ട് പണ്ടു മുതലേ ഇവിടെ ഈന്തപ്പനകളും കേപ്പർ, ജൂണിപ്പർ എന്നീ വൃക്ഷങ്ങളും വളരുന്നു.

ജൂഡിയൻ മരുഭൂമി

കിഴക്ക് ജൂഡിയൻ മലനിരകൾ. പടിഞ്ഞാറ് ചാവുകടൽ. ഇതിനിടയിലാണ് ജൂഡിയൻ മരുഭൂമി. 1500 ചതുരശ്ര കിലോമീറ്റർ മാത്രം വിസ്തൃതിയുള്ള ഒരു ചെറിയ മരുഭൂമിയാണിത്. നിരവധി നദികൾ ഈ മരുഭൂമിയിലൂടെ ഒഴുകുന്നു. ഈ നദികൾ 500 മീറ്റർ വരെ താഴ്ചയുള്ള മലയിടു

ജൂഡിയൻ മരുഭൂമി

ക്കുകൾ സൃഷ്ടിച്ചിരിക്കുന്നു. സാധാരണ മരുഭൂമിയിൽനിന്നും വ്യത്യസ്തമായി വർഷം മുഴുവൻ നീരൊഴുക്കുള്ള നദികളും ഇവിടെയുണ്ട്. ഈ നദിക്കരകളിലാണ് നഹാൻ അരുഗോട്ട്, നഹാൻ പോട്ട്, നഹാൻ ദാവീദ് തുടങ്ങിയ മരുപ്പച്ചകൾ. സമുദ്രനിരപ്പിൽനിന്ന് ഏറെ ഉയരത്തിലാണ് ഈ മരുഭൂമി.

ജറുസലേമിനു സമീപത്താണെങ്കിലും ഇവിടെ താമസക്കാർ കുറവാണ്. മരുഭൂമിയുടെ പരിധിക്കുള്ളിൽ ചില പാർപ്പിട സമുച്ചയങ്ങൾ അടുത്തകാലത്ത് നിർമിച്ചിട്ടുണ്ട്. പ്രതികൂല കാലാവസ്ഥയാണെങ്കിലും ധാരാളം സന്യാസിമഠങ്ങൾ ഇവിടെ ഇപ്പോഴും ഉണ്ട്. ശിലായുഗകാലഘട്ടം മുതൽ ഇവിടെ മനുഷ്യവാസം ഉണ്ടായിരുന്നതായി പറയപ്പെടുന്നു.

100 മി മീറ്ററിൽ താഴെയാണ് ഇവിടെ മഴ ലഭിക്കുന്നത്. ജൂഡിയൻ മലനിരകളുടെ മഴനിഴൽപ്രദേശമാണ് ഇത്. അതിനാലാണ് മഴ കുറവായിരിക്കുന്നത്. എങ്കിലും ഭൂമി പടിഞ്ഞാട്ട് ചരിഞ്ഞ് കിടക്കുന്നതിനാൽ മരുഭൂമിയുടെ പടിഞ്ഞാറുഭാഗത്ത് ഭൂഗർഭ ജലലഭ്യത ധാരാളമുണ്ട്.

ധാരാളം ഔഷധസസ്യങ്ങൾ ഇവിടെ വളരുന്നു. ചുണ്ണാമ്പുകല്ലിൽ വളരുകയും വേനൽക്കാലത്തിന്റെ അവസാനത്തിൽ പൂക്കുകയും ചെയ്യുന്ന വാർസെറ്റ്യാ ഇഫാനോയിഡ് എന്ന സസ്യത്തിന് മനുഷ്യകലകളെ പുനരുജ്ജീവിപ്പിക്കാനുള്ള കഴിവ് ഉണ്ട്. ചർമ്മരോഗങ്ങൾക്ക് സിദ്ധൗഷധമായ ഒട്ടേറെ ചെടികൾ ഇവിടെ കണ്ടുവരുന്നു. അക്കേഷ്യാമരം ധാരാളമുണ്ട്. സെഗ്രോഫീലിയം കുറ്റിച്ചെടികൾ ഇവിടെ ധാരാളം വളരുന്നു. വളരെ ചെറിയ മഴക്കാലമാണെങ്കിലും മഴക്കാലത്തിനൊടുവിൽ പല വർണങ്ങളിലുള്ള ഒട്ടേറെ പുഷ്പങ്ങൾ കൊണ്ട് ഇവിടം അലംകൃതമാവും. ചെമ്മരിയാടുകളും മരുഭൂമിയിൽ സാധാരണ കാണപ്പെടുന്ന മൃഗങ്ങളും മാത്രമാണ് ഇവിടെയുള്ളത്.

നഗേവ് മരുഭൂമി

ഇസ്രയേൽ രാജ്യത്തിന്റെ പകുതിയോളം വിസ്തൃതി വരുന്ന മരുഭൂമിയാണിത്. ഇസ്രയേലിന്റെ തെക്കൻ മേഖലയിലാണ് ഈ മരുഭൂമി. ഇവിടത്തെ താമസക്കാരായ ബെഡുയിൻ വർഗക്കാർ ഇതിനെ 'നകാബ്' എന്നു വിളിക്കുന്നു. 'വരണ്ട' എന്നർഥം വരുന്ന ഹീബ്രു വാക്കിൽ നിന്നാണ് ഇതിന്റെ ഉത്ഭവം. 13000 ചതുരശ്ര കിലോമീറ്ററാണ് ഈ മരുഭൂമിയുടെ വിസ്തൃതി. പടിഞ്ഞാറുഭാഗം സീനായ് ഉപദ്വീപിലെ മരുഭൂമിയുമായി തൊട്ട് കിടക്കുന്നു. കിഴക്കൻ അതിർത്തി അറബ് താഴ്വരയിലാണ്. അഗ്നിപർവതമുഖത്തോട് സാമ്യമുള്ള മൂന്ന് ഭൂരൂപങ്ങൾ ഇവിടെയുണ്ട്.

പാറക്കൂട്ടങ്ങൾ നിറഞ്ഞ മരുഭൂമിയാണിത്. ഇതിനെ അഞ്ച് പാരിസ്ഥിതികമേഖലകളായി തിരിച്ചിരിക്കുന്നു വടക്കൻ നഗേവ്, പടിഞ്ഞാറൻ നഗേവ്, മധ്യ നഗേവ്, ഉയർന്ന പീഠഭൂമി, അറബ് താഴ്വര. വടക്കൻ നഗേവിൽ 300 മി. മീറ്റർ വർഷപാതം ലഭിക്കുന്നു. ഇവിടത്തെ മണ്ണ് ഫല

നഗേവ് മരുഭൂമി

ഭൂയിഷ്ഠമാണ്. പടിഞ്ഞാറൻ നഗേവിൽ 250 മി. മീറ്റർ മഴ ലഭിക്കുന്നു. ഇവിടത്തെ മണ്ണിന് ഗാഢത കുറവാണ്. മധ്യനഗേവിൽ മറ്റു രണ്ട് പാരിസ്ഥിതിക മേഖലയെക്കാൾ മഴ കുറവാണ്. 200 മി മീറ്റർ മഴയാണ് മധ്യനാഗേവിൽ ലഭിക്കുന്നത്.

സമുദ്രനിരപ്പിൽനിന്നും 370 മീറ്റർ മുതൽ 520 മീറ്റർ വരെ ഉയരത്തിലാണ് ഇവിടത്തെ പീഠഭൂമി. ഇവിടെ എല്ലാക്കാലത്തും കടുത്ത ചൂടാണ്. 100 മി മീറ്ററാണ് ഇവിടത്തെ വാർഷികവർഷപാതം. 50 മി മീറ്ററിൽ കുറവ് മഴ ലഭിക്കുന്ന പ്രദേശമാണ് അറബ് താഴ്‌വര. ഇത് ജോർദാൻ അതിർത്തിയിലാണ്. ഈ പ്രദേശം വളരെ ഊഷരമാണ്.

നഗേവിന് ഏറെ പൗരാണിക പ്രാധാന്യമുണ്ട്. *ബൈബിളിൽ* അബ്രഹാം തന്റെ ഭവനം ബെർഷെവയിൽ നിർമിച്ചു. എന്നു പറയുന്നുണ്ട്. ഏറെ തീർഥാടകർ പ്രതികൂല കാലാവസ്ഥയെ അവഗണിച്ചുകൊണ്ട് ഇവിടം സന്ദർശിക്കാൻ എത്താറുണ്ട്.

ചരിത്രാതീതകാലത്ത് പ്രിമോർഡിയാൻ കടലിന്റെ അടിത്തട്ടായിരുന്നു ഈ പ്രദേശം എന്നു പറയപ്പെടുന്നു. ഇതിനു തെളിവായി കടലൊച്ചിന്റെ പുറംതോടുകൾ ഇവിടെനിന്നും കണ്ടെടുത്തിട്ടുണ്ട്.

നിരവധി ഗോത്രക്കാർ ഇവിടെ താമസിച്ചിട്ടുണ്ട്. ഊരുതെണ്ടികൾ, കനാനികൾ, ഓട്ടോമാനികൾ, നബാറ്റനികൾ തുടങ്ങി പലരും. ആടുവളർത്തലും കൃഷിയുമായിരുന്നു ആദ്യകാല തൊഴിൽ. പിന്നീട് കച്ചവടമായി. നബാറ്റിനികളാണ് നഗേവ് മരുഭൂമിയിലൂടെ 'സുഗന്ധപാത' എന്ന

പേരിൽ സുഗന്ധദ്രവ്യങ്ങളും വ്യാപാരവുമായി ബന്ധപ്പെട്ട് ഒരു പാത നിർമിച്ചത്. സുഗന്ധദ്രവ്യങ്ങളും അത്തറുകളും ഉപ്പുമായി യമനിൽ നിന്നുള്ള ഒട്ടകങ്ങൾ ഇതുവഴി തുറമുഖ പട്ടണമായ ഗാസയിലേക്ക് പോയി. അവർ നിർമിച്ച മനോഹരമായ വിശ്രമകേന്ദ്രങ്ങൾ ഇന്നും നില നിൽക്കുന്നു. നഗേവിൽ താമസിക്കുന്ന മറ്റൊരു വർഗക്കാരാണ് ബെഡു യിനുകൾ. ആട്ടിടയന്മാരായ ഇവർ കന്നുകാലികളെ മേയ്ക്കുന്നതിനായി ഇടയ്ക്കിടയ്ക്ക് താമസസ്ഥലം മാറുന്നു.

ഏതാണ്ട് 100 വർഷം മുമ്പാണ് ആധുനിക പാർപ്പിട സമുച്ചയങ്ങൾ ഇസ്രയേൽ ഇവിടെ പടുത്തുയർത്തിയത്.

വർഷത്തിൽ അധികകാലവും ഈ പ്രദേശം വരണ്ടതായിരിക്കും. ജൂൺ മുതൽ ഒക്ടോബർ വരെ തീരെ മഴ ലഭിക്കാറില്ല. എന്നാൽ തണു പ്പുകാലത്ത് ലഭിക്കുന്ന അൽപ്പമഴയുടെ ഫലമായി മനോഹരമായാ പുഷ്പങ്ങൾ ഇവിടെ വിടരും. കടുംചുവപ്പു നിറത്തിലുള്ള അനിമോണ പുഷ്പങ്ങളാണ് അവയിൽ ഏറ്റവും ആകർഷകം. ഇടയ്ക്കിടയ്ക്ക് ശക്തി യായ കൊടുങ്കാറ്റ് വീശും. അപ്പോൾ നന്നായി മഴ പെയ്യുകയും ചെയ്യും. ഇത് വെള്ളപ്പൊക്കം ഉണ്ടാകുന്നതിന് കാരണമാകുന്നു.

പിസ്റ്റഷ്യ അറ്റ്ലാന്റിക്ക എന്ന വൃക്ഷം ഇവിടെ വളരുന്നു. ഇതിന് ഏതാണ്ട് 1000 മീറ്റർ ഉയരം വരും. തണുത്ത മഞ്ഞുകാലത്തെ അതിജീ വിക്കാൻ ഈ വൃക്ഷത്തിനു കഴിയും. ധാരാളം ജലം വലിച്ചെടുക്കാനും ശേഖരിക്കാനും കഴിയുന്ന ഇവിടത്തെ കുറ്റിച്ചെടികളുടെ തണ്ട് വേനൽക്കാലത്ത് ചുവന്ന നിറത്തിലാവും. മഞ്ഞുകാലമാവുമ്പോൾ ഈ കുറ്റിച്ചെടികളിൽ മനോഹരമായ പുഷ്പങ്ങൾ വിരിയും. മഞ്ഞപ്പൂക്കൾ ഉണ്ടാവുന്ന ഒരു ചെടി ഇവിടെയുണ്ട്. ഇതിന് ഇലകൾ വരുന്നതിന് മുമ്പു തന്നെ പൂക്കൾ വിരിയും. ഹേമന്തകാലത്ത് ഇവ പൂവണിഞ്ഞു നിൽക്കു മ്പോൾ ഇവിടമാകെ മഞ്ഞപ്പട്ടുടുത്ത പോലെ തോന്നും.

4

യൂറോപ്പ്

ഇറ്റലിയിലെ അർധമരുഭൂമിയാണ് അക്കോണ. ഇറ്റാലിയൻ ഭാഷയിൽ അതിനെ ഡെസർട്ടോ ഡി അക്കോണ എന്നു വിളിക്കുന്നു. ചന്ദ്രോപരിതലം പോലെ നിറയെ പാറക്കെട്ടുകൾ ഉണ്ട്. മണലും ചരലും നിറഞ്ഞ പ്രദേശമാണിത്. ഇറ്റാലിയൻ ഭാഷയിൽ തൂവെള്ള എന്നർഥം വരുന്ന ബ്രാൻകേൻ എന്നു വിളിക്കുന്ന മണൽക്കൂനകൾ ഇവിടത്തെ സവിശേഷതയാണ്. 600 മി മീറ്ററിൽ താഴെ മാത്രമെ ഇവിടെ മഴ ലഭിക്കുന്നുള്ളൂ. ഇത് തണുത്ത മരുഭൂമിയാണ്. സസ്യങ്ങൾ നന്നെ കുറവാണ്.

ബ്ലേഡോ

പോളണ്ടിലെ ബ്ലേഡോയ്ക്കും ക്ലൂസ് ഗ്രാമത്തിനും ഇടയിലായി 32 ചതുരശ്ര കിലോമീറ്റർ മാത്രം വിസ്തൃതിയുള്ള മരുഭൂമിയാണിത്. സിലേസ്യ പീഠഭൂമിയുടെ കിഴക്കുഭാഗത്തുള്ള ഇവിടെ മണൽ നിറഞ്ഞ പ്രദേശമാണ്. പോളിഷ് സഹാറ എന്നൊരു ഓമനപ്പേരുകൂടി ഇതിനുണ്ട്. യൂറോപ്പിലെ പ്രകൃത്യായുള്ള ഏകമരുഭൂമിയായി ഇതിനെ കണക്കാക്കുന്നു.

ആയിരക്കണക്കിനു വർഷങ്ങൾക്കുമുമ്പ് സമുദ്രങ്ങളിൽനിന്നുള്ള അവസാദങ്ങൾ കരയ്ക്കടിഞ്ഞാണ് ഈ മണൽനിക്ഷേപം രൂപപ്പെട്ടത് എന്ന് പറയപ്പെടുന്നു. നാൽപ്പതു മീറ്റർ മുതൽ 70 മീറ്റർ വരെ ഘനമുള്ള മണൽപ്പാളികൾ ഇവിടെയുണ്ട്. ബിയാല പ്രെസംസ നദി ഈ മരുഭൂമിക്ക് കുറുകെ ഒഴുകുന്നു. പടിഞ്ഞാട്ട് ഒഴുകുന്ന നദി മരുഭൂമിയെ രണ്ടായി പകുക്കുന്നു. നദീതീരം വൃക്ഷനിബിഡമാണ്. സാധാരണ മരുഭൂമിയിൽ ഉള്ള വരണ്ട കാലാവസ്ഥയല്ല ഇവിടെയുള്ളത്.

വെള്ളി, കൽക്കരി, സിങ്ക് എന്നിവയുടെ ഖനനം തുടങ്ങിയതോടെ മരുഭൂമിയുടെ പ്രകൃതിക്ക് മാറ്റം വന്നുതുടങ്ങിയിട്ടുണ്ട്.

ഡെലിബ്ലാസ്റ്റക്ക പെസ്കാര

വടക്ക് ധ്രുവത്തിനോടടുത്ത് കിടക്കുന്ന സൈബീരിയിലെ വലിയൊരു മണൽപ്രദേശമാണിത്. സൈബീരിയയിലെ വോജ് വോഡിന പ്രവിശ്യയിലാണ് ഇതിന്റെ സ്ഥാനം. പാനോണിയ കടൽ പിൻവാങ്ങിയതോടെ രൂപംകൊണ്ടതാണ് ഈ മരുഭൂമി എന്നു പറയപ്പെടുന്നു.

ഡെലിബ്ലാസ്റ്റക്ക പെസ്കാര

ഈ മണൽപ്രദേശത്തിന്റെ വിസ്തൃതി 27,598,39 ഹെക്റ്ററാണ്. ഇവിടെ തണുപ്പുകാലത്ത് താപനില -32 ഡിഗ്രി സെൽഷ്യസ് വരെ താഴാറുണ്ട്. ഇതുവരെ രേഖപ്പെടുത്തിയതിൽ ഏറ്റവും ഉയർന്ന താപനില 42 ഡിഗ്രി സെൽഷ്യസാണ്. വാർഷികവർഷപാതം 60 മി മീറ്ററാണെന്നു കണക്കാക്കപ്പെടുന്നു. റൊമാനിയൻ അതിർത്തിയിൽ സ്ഥിതിചെയ്യുന്നു ഈ പ്രദേശം ചുറ്റുപാടുകളെക്കാൾ തണുത്തിരിക്കുന്നു. സമുദ്രനിരപ്പിൽനിന്നും 135 മീറ്റർ ഉയരത്തിലാണ് ഇതിന്റെ സ്ഥാനം എന്നതാകാം ഇതിനു കാരണം.

മണൽ നിറഞ്ഞ പ്രദേശമായതിനാൽ ജലവാർച്ച കൂടുതലാണ്. ജലം ശേഖരിച്ച് വയ്ക്കാനുള്ള ശേഷി മണ്ണിന് ഇല്ലാത്തതിനാൽ ഇവിടെ ജലലഭ്യത വളരെ കുറവാണ്. അരുവികളോ ഭൂഗർഭ നിക്ഷേപമോ ഇല്ലെന്നു തന്നെ പറയാം.

കറുത്തതും വെളുത്തതുമായ പൈൻ മരങ്ങൾ ഇവിടെ വളരുന്നു. ജൂണിപെർ മരങ്ങളും ഇവിടെയുണ്ട്.

ടെബർനാസ്

സ്പെയിനിലെ അൾമേറിയ പ്രവിശ്യയുടെ തലസ്ഥാനമായ അൾമേറിയയിൽനിന്നും 30 കിലോമീറ്റർ യാത്ര ചെയ്താൽ നമുക്ക് ഈ മരുഭൂമിയിൽ എത്തിച്ചേരാൻ കഴിയും. ഇതിന്റെ വിസ്തൃതി 280 ചതുരശ്ര കിലോമീറ്ററാണ്.

വരണ്ട നദികളും മണ്ണൊലിച്ചുണ്ടായ മലയിടുക്കുകളും ഒഴിഞ്ഞ ചെരിവുകളും ഇവിടത്തെ ഭൂപ്രദേശത്തിന്റെ പ്രത്യേകതകളാണ്. എൺപതുലക്ഷം വർഷങ്ങൾക്കു മുമ്പ് ഇവിടം കടലായിരുന്നത്രെ. ഇതിനു തെളിവായി പല കടൽജീവികളുടെയും ഫോസിലുകൾ ഈ മരുഭൂമിയിൽ നിന്ന് കണ്ടെടുത്തിട്ടുണ്ട്. പിന്നീട് സൈറ അഹാമില്ല പ്രദേശം ഉയർന്നുവന്നപ്പോൾ ഈപ്രദേശം കടലിൽനിന്ന് വേർപെട്ടു പോയി. പലപ്പോഴായി കളിമണ്ണും ചുണ്ണാമ്പുകല്ലും ഇവിടെ വന്നടിഞ്ഞു.

ഈ മരുഭൂമിക്ക് ചുറ്റും പർവതങ്ങളാണ്. അതുകൊണ്ട് തന്നെ മധ്യധരണ്യാഴിയിൽനിന്ന് വീശുന്ന ഈർപ്പം നിറഞ്ഞ കാറ്റ് ഇവിടേക്ക് എത്തുന്നില്ല. മഴ തീരെ കുറവാണ്. വാർഷിക വർഷപാതം. 240 മി മീറ്ററാണ്. ശരാശരി താപനില 29 ഡിഗ്രി സെൽഷ്യസ് ആണ്. വൃക്ഷങ്ങൾ ഇല്ലാതെ സൂര്യനു കീഴെ കിടക്കുന്നതിനാൽ ഇവിടത്തെ ബാഷ്പീകരണത്തോത് വളരെ കൂടുതലാണ്. വരണ്ടു കിടക്കുന്ന ഇവിടെ തണുപ്പുകാലത്ത് അപൂർവമായി താപനില 0 ഡിഗ്രി സെൽഷ്യസിനു താഴെ പോകാറുണ്ട്. വേനൽക്കാലത്ത് താപനില 48 ഡിഗ്രി സെൽഷ്യസ് വരെ ഉയരാറുണ്ട്.

മണൽക്കല്ലുകൾ നിറഞ്ഞ ഇവിടെ സസ്യങ്ങൾ വളരെ കുറവാണ്. അതുകൊണ്ടുതന്നെ അൽപ്പമായി ലഭിക്കുന്ന മഴയിൽനിന്നുമുള്ള ജലാംശത്തെ പിടിച്ചു നിറുത്താൻ കഴിയുന്നില്ല. രണ്ടോ മൂന്നോ ദിവസം മാത്രമാണ് മഴ പെയ്യുന്നത്. അത് മണ്ണൊലിപ്പിന് കാരണമാവുകയും ചെയ്യുന്നു. വളരെ കുറച്ച് കൃഷിയേ ഇവിടെയുള്ളൂ. ഒന്നുരണ്ട് അരുവികൾ ഇവിടെയുണ്ട്. പക്ഷെ അവയിൽ ക്ഷാരഗുണമുള്ള ജലമാണുള്ളത്.

സീ ലാവൻഡർ എന്ന പുഷ്പം ഇവിടത്തെ ഒരു സവിശേഷതയാണ്.

സീ ലാവൻഡർ

മഞ്ഞുകാലത്ത് വിരിയുന്ന ഒരു പുഷ്പമാണ് ടോഡ്ഫാക്സ് ലിനാരിയ. ഇതിന് വെളുത്ത നിറമാണ്. ഹേമന്തകാലത്ത് ഈ പുഷ്പം ഇവിടത്തെ മലഞ്ചെരിവുകളെ ശ്വേതാവരണം അണിയിക്കുന്നു. ഇതിന്റെ വാനില സുഗന്ധം ആരെയും ആകർഷിക്കും മാംസളമായ ഇലകളോടുകൂടിയ മരുസസ്യങ്ങളാണ് ഇവിടെ വളരുന്നത്. മണ്ണിന് ക്ഷാരാംശം കൂടുതലായതിനാൽ അതിനെയും അതിജീവിക്കാൻ കഴിയുന്ന സസ്യങ്ങൾക്കു മാത്രമേ ഇവിടെ വളരാനാവൂ. പ്രാദേശികമായി കണ്ടുവരുന്ന, ഫെബ്രുവരി മുതൽ ജൂലൈ വരെ മാസങ്ങളിൽ പൂവണിയുന്ന ഒരു പ്രത്യേക തരം വൃക്ഷം ഇവിടെ വളരുന്നുണ്ട്. കൂടാതെ വരണ്ട നദിയുടെ അടിത്തട്ടിൽ പലതരം പുല്ലുകളും അരളിച്ചെടികളും വളരുന്നു. പലതരം ഉരഗങ്ങൾ, പക്ഷികൾ എന്നിവയുടെ ആവാസസ്ഥലമാണ് ഈ മരുഭൂമി. കോണിപ്പാമ്പ്, പലതരം പല്ലികൾ, തവളകൾ എന്നിവ അവയിൽ ചിലതാണ്. അടുത്തുള്ള സൈറസി അൻഹാമില്ലയിൽനിന്ന് കഴുകന്മാർ ഇവിടെ ഇരതേടാനെത്തുന്നു. പാറക്കുരുവി, നീല പാറക്കുയിൽ, മൂങ്ങ തുടങ്ങി പലതരം പക്ഷികൾ ഇവിടെയുണ്ട്. ഇരുപത് ഇനം സസ്തനികൾ ഇവിടെയുണ്ട്. അൾജീറിയൻ കുറുനരിയാണ് അവയിൽ പ്രധാനം.

ഒൾട്ടെനിയൻ സഹാറ

യൂറോപ്പിനു സ്വന്തമായൊരു സഹാറയോ? അതെ. വെറും 800 ചതുരശ്ര കിലോമീറ്റർ വിസ്തൃതിയുള്ള ഒരു മരുപ്രദേശമാണിത്. റുമാനിയയുടെ തെക്കുഭാഗത്തുള്ള ഒൾട്ടേനിയൻ പ്രവിശ്യയിലാണ് ഈ മരുഭൂമി. 1960 കളിൽ മനുഷ്യർ യാതൊരു വിവേകവുമില്ലാതെ കാടുകൾ വ്യാപകമായി വെട്ടി നശിപ്പിച്ചതുമൂലം ഉണ്ടായ മരുഭൂമിയാണിത്. അതുകൊണ്ടുതന്നെ ഇതൊരു മനുഷ്യനിർമിത മരുഭൂമിയാണെന്നു പറയാം.

5

ആഫ്രിക്ക

കലഹാരി മരുഭൂമി

ഓറഞ്ചു നദിമുതൽ അംഗോള വരെയും പടിഞ്ഞാറ് നമീബിയ മുതൽ സിംബാബ്‌വെ വരെയും പരന്നുകിടക്കുന്ന മണലാരണ്യത്തിന്റെ ഭാഗമാണ് കലഹാരി മരുഭൂമി. ബോട്സ്വാനയുടെ മധ്യഭാഗവും പടിഞ്ഞാറുഭാഗവും ഈ മരുഭൂമിയുടെ ഭാഗമാണ്. ഇതിന്റെ വിസ്തൃതി 520,000 ചതുരശ്ര കിലോമീറ്ററാണ്. ഇതൊരു അർധമരുഭൂമിയാണ്. ആഫ്രിക്ക

കലഹാരി മരുഭൂമി

ഭൂഖണ്ഡം രൂപംകൊണ്ട കാലത്തുതന്നെ ഈ മരുഭൂമിയും രൂപം കൊണ്ടതായി കണക്കാക്കുന്നു.

കാറ്റ് മൂലമുള്ള മണ്ണൊലിപ്പാണ് ഈ മരുഭൂമിയുടെ രൂപീകരണത്തിനും കാരണമെന്ന് കണക്കാക്കുന്നു. മറ്റ് മരുഭൂമികളിലെപ്പോലെ ഇവിടത്തെ മണൽത്തിട്ടകൾ സ്ഥാനം മാറുന്നില്ല. അവ സ്ഥിരമാണ്. ഇവിടുത്തെ മണലിന് ചുവപ്പുനിറമാണ്. ചുരുങ്ങിയ മഴക്കാലമേ ഉള്ളൂ എങ്കിലും അക്കാലത്ത് ഇവിടം പല വർണങ്ങളിലുള്ള സസ്യജാലങ്ങളാൽ സ്വർഗ സമാനമാകും. മഴ മാറുന്നതോടെ കലഹാരി വീണ്ടും വരണ്ടതായിത്തീരും. വർഷത്തിൽ ഒരുദിവസം മാത്രമായിരിക്കും ചിലപ്പോൾ മഴ ലഭിക്കുക. എങ്കിലും ആ മഴ വെള്ളപ്പൊക്കത്തിനും കാരണമാകാറുണ്ട്.

കലഹാരി മരുഭൂമിയുടെ തെക്കുപടിഞ്ഞാറു ഭാഗമാണ് കൂടുതൽ വരണ്ടത്. ഇവിടെ 1.75 മി. മീറ്ററാണ് മഴ ലഭിക്കുന്നത്. അതേസമയം കലഹാരിയുടെ മറ്റ് ചില ഭാഗങ്ങളിൽ 250 മി. മീറ്റർ മഴ ലഭിക്കുന്നു. ഈ ഭാഗത്ത് സസ്യങ്ങൾ ധാരാളമായി വളരുന്നു. ഓറഞ്ച് നദി ഒഴുകുന്നത് കലഹാരി മരുഭൂമിയിലൂടെയാണ്. കലഹാരിയുടെ വടക്ക് പടിഞ്ഞാറ് ഉള്ള ചതുപ്പിലാണ് ഇതിന്റെ ഉത്ഭവം.

വേനൽക്കാലത്ത് താപനില 20 ഡിഗ്രിക്കും 45 ഡിഗ്രി സെൽഷ്യസിനും ഇടയിലായിരിക്കും. അക്കേഷ്യയാണ് ഈ പ്രദേശത്തുള്ള പ്രധാന വൃക്ഷം. പുല്ലുവർഗത്തിൽ പെടുന്ന ചില സസ്യങ്ങളും ഇവിടെയുണ്ട്. കിബിനോ, പഴം, കക്കരിക്ക, പടവലം എന്നിവ ഇവിടെ കൃഷി ചെയ്യുന്നു.

കുരുവിയോട് സാദൃശ്യമുള്ള തുന്നാരൻ പക്ഷികളുടെ വലിയ കൂടുകൾ ഇവിടത്തെ വൃക്ഷങ്ങളിൽ കാണാം. കൂട്ടുകുടുംബമായി താമസിക്കുന്ന ഇവയുടെ കൂടുകൾക്ക് 2 മീറ്റർ വരെ വ്യാസം ഉണ്ടാകും. തവിട്ടു നിറമുള്ള കഴുതപ്പുലികൾ, സിംഹം, മാനുകൾ, പാമ്പുകൾ എന്നിവ ഇവിടത്തെ താമസക്കാരാണ്.

ഈ മരുഭൂമിയിൽ ഇരുപതിനായിരം വർഷങ്ങളായി താമസിക്കുന്നവരാണ് ബുഷ്മെൻ വർഗക്കാർ. ഇവരെ സാൻ എന്നും വിളിക്കുന്നു. ആദ്യകാലത്ത് അമ്പും വില്ലും ഉപയോഗിച്ച് വേട്ടയാടിയാണ് അവർ ജീവിച്ചിരുന്നത്. അവർ വെള്ളം കുടിക്കാറില്ല. മരുഭൂമിയിലെ ചില ചെടികളുടെ വേരുകൾ ഊറ്റിക്കുടിക്കും; തണ്ണീർമത്തൻ ധാരാളം കഴിക്കും. ഒട്ടകപ്പക്ഷിയുടെ മുട്ടത്തോടിലാണ് അവർ പലപ്പോഴും വെള്ളം ശേഖരിച്ച് വയ്ക്കാറുള്ളത്. പുല്ലുമേഞ്ഞ കുടിലുകളിലാണ് ഇവരുടെ താമസം. വോയ് വർഗത്തിൽ പെട്ടവരും ആദ്യകാലത്ത് ഇവിടെ താമസിച്ചിരുന്നു.

കൽക്കരി, ചെമ്പ്, നിക്കൽ എന്നിവയുടെ വൻ നിക്ഷേപം ഇവിടെ നിന്ന് കണ്ടെത്തിയിട്ടുണ്ട്. കലഹാരി മരുഭൂമിയുടെ വടക്കുകിഴക്കൻ സമതലത്തിലാണ് മക്ഗാഡി ഗാഡി. ഇവിടത്തെ ദാർപ്പ എന്ന പ്രദേശത്ത് ലോകത്തിലെ ഏറ്റവും വലിയ രത്നഖനി സ്ഥിതി ചെയ്യുന്നു.

ലിബിയൻ മരുഭൂമി

സഹാറ മരുഭൂമിയുടെ കിഴക്ക് ഭാഗത്താണ് ലിബിയൻ മരുഭൂമിയുടെ സ്ഥാനം. ഈജിപ്തിന്റെ പടിഞ്ഞാറ് ഭാഗം, ലിബിയയുടെ കിഴക്കും തെക്കും ഭാഗങ്ങൾ, സുഡാന്റെ വടക്കുപടിഞ്ഞാറ് ഭാഗം എന്നിവിടങ്ങളിലായി ഇത് പരന്നു കിടക്കുന്നു. ഇതിനെ ഗ്രേറ്റ് സാൻഡ് സീ എന്ന് വിശേഷിപ്പിക്കാറുണ്ട്. ഈജിപ്തിൽ കിടക്കുന്ന ഭാഗത്തെ പടിഞ്ഞാറൻ മരുഭൂമി എന്നാണ് ആ നാട്ടിലെ ആളുകൾ പറഞ്ഞുവരുന്നത്. ഇതിന്റെ വിസ്തൃതി 1,100,000 ചതുരശ്ര കിലോമീറ്ററാണ്. മണൽ നിറഞ്ഞ പ്രദേശങ്ങളും കല്ലുകൾ നിറഞ്ഞ പ്രദേശവും ലിബിയൻ മരുഭൂമിയിലുണ്ട്.

നദികൾ ഒന്നും ഈ പ്രദേശത്തുകൂടി ഒഴുകുന്നില്ല. ഭൂപ്രകൃതിയനുസരിച്ച് ഈ മരുഭൂമിയെ പലതായി തിരിക്കാം ഉവൈനാറ്റ് പർവതം ഉൾപ്പെടുന്ന പർവതപ്രദേശം, ഗിൽഫ് കെബിർ പീഠഭൂമി, മണൽ നിറഞ്ഞ പ്രദേശം.

ഇവിടെ എട്ടു തടാകങ്ങൾ ഉണ്ട്. ഇതിൽ ഒട്ടാറ ഒഴിച്ച് ബാക്കി ഏഴും മരുപ്പച്ചകളാണ്. ഒട്ടാറയിലെ ജലം ഉപ്പ് നിറഞ്ഞതായതിനാൽ അതിനു ചുറ്റും സസ്യങ്ങൾ വളരുന്നില്ല. മറ്റ് മരുപ്പച്ചകളിൽ ചെറിയ തോതിൽ കൃഷിയുണ്ട്. അതിനാൽ അവിടെ ജനവാസവും ഉണ്ട്. നൈൽനദി ഏറെ അകലെയല്ലാത്തതിനാൽ അവിടെനിന്നുള്ള ഭൂഗർഭ ജലലഭ്യത ഇവിടെയുണ്ട്. ഈജിപ്തിലെ മറ്റ് പ്രദേശങ്ങളിൽനിന്നും വിട്ടുകിടക്കുന്ന സിവ

ലിബിയൻ മരുഭൂമി

ലിബിയൻ മരുഭൂമിയിൽ സ്വാഭാവികമായി രൂപപ്പെട്ട കവാടം

മരുപ്പച്ചയിൽ പണ്ടുമുതലേ ജനവാസം ഉണ്ട്. ഈന്തപ്പനകളും ഒലീവും ഇവിടെ കൃഷി ചെയ്യുന്നു. സിവയിലെ പുരാതനമായ കോട്ടകൾ പ്രകൃതിദത്ത പാറകൾ കൊണ്ടും ഉപ്പ്, ഇഷ്ടിക എന്നിവകൊണ്ടും നിർമിച്ചവയാണ്. ഇന്ന് അവ ഉപേക്ഷിക്കപ്പെട്ട നിലയിലാണ്. ഓറക്കിൾ ക്ഷേത്രത്തിന്റെ അവശിഷ്ടങ്ങൾ ശവകുടീരങ്ങൾ, 'ക്ലിയോപാട്രയുടെ സ്നാനഘട്ടം' എന്നറിയപ്പെടുന്ന അരുവി തുടങ്ങിയ ചില ചരിത്രപ്രാധാന്യമുള്ള കാഴ്ചകൾ ഇവിടെയുണ്ട്.

ലിബിയൻ മരുഭൂമിയുടെ മധ്യത്തിലുള്ള വാവ്, നർമുന്ന് തുടങ്ങിയ മരുപ്പച്ചകളിൽ ധാരാളം ഈറ്റ വളരുന്നു. പക്ഷെ ഇവിടെ കൃഷിയോ ജനവാസമോ ഇല്ല. ഈ മരുഭൂമിയിലെ ഏറ്റവും ചെറിയ മരുപ്പച്ചയായ ഫറാഫെയിൽ ജനവാസമുണ്ട്. ഏതാണ്ട് 5000 ആളുകൾ ഇവിടെ താമസിക്കുന്നു.

ഗിൻഫ് കെബിൻ പീഠഭൂമിയിൽ വർഷം മുഴുവൻ ചൂടുള്ള കാലാവസ്ഥ അനുഭവപ്പെടുന്നു. എണ്ണപ്പനകളാണ് ലിബിയൻ മരുഭൂമിയിലെ പ്രധാനസസ്യം. ഇതിന്റെ വടക്കുഭാഗത്ത് ചുവന്ന മണലിൽനിന്ന് തെറിച്ചുനിൽക്കുന്ന പോലെ കുറ്റിച്ചെടികൾ ധാരാളമുണ്ട്. ഊതനിറത്തിൽ മനോഹരമായ പൂക്കൾ വിരിയുന്ന പഗോണിയ തെബൈക്ക ഹസാനിയൻ പീഠഭൂമി എന്നറിയപ്പെടുന്ന ഭാഗത്ത് കാണാം. ഈ പ്രദേശത്ത് മറ്റ് സസ്യങ്ങൾ ഒന്നും തന്നെയില്ല. ജലാശയങ്ങളുടെ സമീപത്ത് ഈന്തപ്പനകൾ ധാരാളം വളരുന്നു. സോഡോമിൻ ആപ്പിൾ എന്നൊരു ചെടി ഈ മരുഭൂമിയിലുണ്ട്. പേരു കേട്ട് മോഹിക്കണ്ട. മഞ്ഞയും ഇളംചുവപ്പു പൂക്കളുള്ള ഇതിന്റെ കായ വിഷലിപ്തമാണ്. മലേറിയ, കുടൽവിരകൾ

എന്നിവയ്ക്ക് ഔഷധമായി ഉപയോഗിക്കാവുന്ന ഒരുതരം കുറ്റിച്ചെടികളും ഇവിടെ ധാരാളമായി വളരുന്നു.

തേളുകളും പാമ്പുകളുമാണ് ഇവിടത്തെ പ്രധാനജീവികൾ.

നമീബ് മരുഭൂമി

അംഗോളയ്ക്ക് തെക്കുപടിഞ്ഞാറായി നമീബിയയിൽ കാണപ്പെടുന്ന മരുഭൂമിയാണിത്. നാമഭാഷയിൽ നമീബ് എന്നാൽ വിശാലമായ പ്രദേശം എന്നാണ് അർഥം. ലോകത്തിൽ ഏറ്റവും പഴക്കം ചെന്ന മരുഭൂമികളിൽ ഒന്നായി ഇതിനെ കണക്കാക്കുന്നു. ഇതിന്റെ വിസ്തൃതി 80,900 ചതുരശ്ര കിലോമീറ്ററാണ്. വടക്ക് ഉസ്യാബ് നദി , തെക്ക് ലൂഡർട്ട്സ്, പടിഞ്ഞാറ് അറ്റലാന്റിക് നദി, കിഴക്ക് നമീബ് മലഞ്ചെരിവ് - ഇതാണ് നമീബ് മരുഭൂമിയുടെ നാല് അതിരുകൾ. ഉസ്യാബ് നദി മുതൽ ലൂഡെർട്ടസ്, വരെയുള്ള പ്രദേശത്ത് വിശാലമായ മണൽക്കൂനകളാണ്. ഇളം ചുവപ്പ് മുതൽ ഓറഞ്ച് നിറത്തിൽ വരെ കാണപ്പെടുന്ന മണൽക്കൂനകളിൽ പലതും ലോകത്തിൽ വച്ച് ഏറ്റവും മനോഹരവും ഉയരം കൂടിയതുമാണ്. വടക്കോട്ടു പോകുന്തോറും മണൽ പാറക്കെട്ടുകൾക്ക് വഴിമാറുന്നു. ഈ മരുഭൂമിയുടെ വടക്കുഭാഗത്തു കൂടിയാണ് ദക്ഷിണായന രേഖ കടന്നു പോകുന്നത് .

10 മി മീറ്ററിൽ താഴെ മാത്രമാണ് ഇവിടെ മഴ ലഭിക്കുന്നത് ഈ മഴ തന്നെ ഒരിക്കലും മുൻകൂട്ടി പ്രവചിക്കാനാവില്ല. ഇന്ത്യൻ മഹാസമുദ്ര

നമീബ് മരുഭൂമി

ത്തിൽനിന്നടിക്കുന്ന ഈർപ്പക്കാറ്റ് സാർക്കെൻസ് പർവതം കടന്ന് നമീബ് മലഞ്ചെരുവുകളിൽ എത്തുമ്പോഴേക്ക് വരണ്ടതാകുന്നു. അറ്റലാന്റിക് സമുദ്രത്തിൽനിന്നും വീശുന്ന കാറ്റാവട്ടെ, ചൂടിന്റെ ആധിക്യം കൊണ്ട് മേഘമായി തന്നെ നിലനിൽക്കുന്നു. ഇത് മൂടൽമഞ്ഞിന് കാരണമാകുന്നു. ഉപരിതലത്തിലെ ജലത്തിന്റെ അഭാവം ഈ പ്രദേശത്തെ വരണ്ടതാക്കുന്നു. ഇതിലൂടെ ഒഴുകുന്ന നദികളെല്ലാം വർഷത്തിൽ ഏതാണ്ട് മുഴുവൻ സമയവും വറ്റിവരണ്ടിരിക്കും. സ്വാ കോച്ച് നദിയും ഒമരുരു നദിയും മാത്രമാണ് മഴ പെയ്യുന്ന സമയത്ത് കടലിൽ ഒഴുകിയെത്തുന്നത്.

ഈ പ്രദേശത്തെ കാലാവസ്ഥയോട് ഇഴുകിച്ചേർന്ന പ്രാദേശിക സസ്യജാലങ്ങളാണ് ഇവിടെയുള്ളത്. നാടപോലെ ഇലകളുള്ള വെൻവിറ്റ്ചിയ എന്ന കുറ്റിച്ചെടിയാണ് അവയിൽ പ്രധാനം. ഇതിന്റെ ഇലകൾക്ക് മീറ്ററുകളോളം നീളം ഉണ്ടാകും. ഇതിന്റെ തായ്‌വേരിന് ഒരു പ്രത്യേകതയുണ്ട്. വർഷങ്ങൾ കഴിയുംതോറും ഇതിന്റെ മധ്യഭാഗം കുഴിഞ്ഞു വരും. കുറെക്കാലം കഴിയുമ്പോൾ ഇതൊരു നടുകുഴിഞ്ഞ തളികപോലെയാകും.

വളരെ കുറച്ച് ജലം മാത്രം ഉപഭോഗം ചെയ്ത് ജീവിക്കാവുന്ന ചെറിയ മൃഗങ്ങളാണ് ഇവിടെ ജീവിക്കുന്നത്. ഒട്ടകപ്പക്ഷി, മാനുകൾ, തുടങ്ങിയ വലിയ ജീവികളും ഇവിടെയുണ്ട്. നമീബ് മരുഭൂമിയിൽ മാത്രം കാണപ്പെടുന്ന ചിലയിനം വണ്ടുകൾ മൂടൽമഞ്ഞിൽനിന്ന് ജലം സ്വീകരിക്കുന്നു.

ഉരുക്കുണ്ടാക്കാൻ ഉപയോഗിക്കുന്ന ടങ്സ്റ്റൺ, ഉപ്പ്, വൈരക്കല്ല് എന്നിവ ഇവിടെനിന്നും കുഴിച്ചെടുക്കുന്നു. ഇവിടെ ജനവാസം കുറവാണ്.

നുബിയൻ മരുഭൂമി

സഹാറ മരുഭൂമിക്ക് കിഴക്ക് ഭാഗത്തുള്ള മരുഭൂമിയാണ് നുബിയൻ. നൈലിന്റെയും ചെങ്കടലിന്റെയും ഇടയിലാണ് ഇതിന്റെ സ്ഥാനം. 400,000 ചതുരശ്രകിലോമീറ്ററാണ് നുബിയൻ മരുഭൂമിയുടെ വിസ്തൃതി. മണൽ നിറഞ്ഞ മരുഭൂമിയിൽ നിറയെ വാഡികൾ ഉണ്ട് (വാഡി എന്നത് ഒരു അറബ് പദമാണ്. വറ്റിയ നദിയുടെ അടിഭാഗം എന്നാണ് ഇതിനർഥം). ഈ വാഡികളെല്ലാം ചെന്നുചേരുന്നത് നൈൽ നദിയിലാണ്. ചെങ്കടലിന്റെ ഭാഗത്ത് ഒരൽപ്പം മഴ കിട്ടുന്നതൊഴിച്ചാൽ ഇവിടെ മഴ ഇല്ലെന്നു തന്നെ പറയാം. ഒരൊറ്റ മരുപ്പച്ച പോലും ഈ മരുഭൂമിയിൽ ഇല്ല.

തണുപ്പുകാലത്ത് കടുത്ത തണുപ്പാണ്. ശീതക്കാറ്റും മണൽക്കാറ്റും ഇക്കാലത്ത് സാധാരണമാണ്.

നുബിയന്മാർ എന്നു പറയുന്നവരാണ് ഇവിടത്തെ താമസക്കാർ. ഹൈനകളും നുബിയൻ ആടുകളും ഇവിടെയുണ്ട്. ഇവിടെ സസ്യങ്ങൾ വളരെ കുറവാണ്. പുല്ലുകളും കുറ്റിച്ചെടികളും ചെങ്കടലിന്റെ ഭാഗത്ത് വളരുന്നു.

സഹാറ

അൾജീരിയ, ഛഢ്, ഈജിപ്ത്, ലിബിയ, മാലി, മൗറിഷാനിയ, മൊറോക്കോ, നൈജർ, സുഡാൻ, ടുണീഷ്യ, പടിഞ്ഞാറൻ സഹാറ എന്നീ രാജ്യങ്ങളിലാണ് ഇതിന്റെ സ്ഥാനം. ഇതിന്റെ വിസ്തൃതി. 94,00,000 ചതുരശ്ര കിലോമീറ്ററാണ്. ആഫ്രിക്കൻ വൻകരയുടെ ഏതാണ് മുഴുവൻ ഭാഗവും ഇതിൽ പെടുന്നു എന്നുപറയാം.

മഹത്തായ മരുഭൂമി എന്നറിയപ്പെടുന്ന സഹാറ വലിപ്പത്തിൽ ലോകത്തിലെ രണ്ടാമത്തെ മരുഭൂമിയാണ്. ആദ്യകാലത്ത് ഇതിന് ഒന്നാംസ്ഥാനമുണ്ടായിരുന്നു. പിന്നീട് അന്റാർട്ടിക്കയെ മരുഭൂമിയുടെ ഗണത്തിൽ പെടുത്തിയപ്പോൾ സഹാറയ്ക്ക് ഒന്നാംസ്ഥാനം നഷ്ടമായി. ചെങ്കടൽ മുതൽ മെഡിറ്ററേനിയൻ കടൽത്തീരം വരെയും അറ്റ്ലാന്റിക് സമുദ്രത്തിന്റെ ഉൾക്കടൽ മുതൽ സഹേൽ പുൽപ്പരപ്പ് വരെയയുമാണ് ഇതിന്റെ വിസ്തൃതി.

സഹാറയെ പല ഭാഗങ്ങളായി തിരിച്ചിട്ടുണ്ട്. പടിഞ്ഞാറൻ സഹാറ, അയിർ മലനിരകൾ, ടി ബെസ്റ്റി മലനിരകൾ, അതിർ മലനിരകൾ, ടെനേരെ മരുഭൂമി, ലിബിയൻ മരുഭൂമി. ഇതിൽ ലിബിയൻ മരുഭൂമി പ്രദേശമാണ് ഏറ്റവും വരണ്ടത്. സഹാറയുടെ ഭൂരിഭാഗവും പാറക്കെട്ടുകളാണ്. വളരെ കുറച്ച് ഭാഗത്ത് മാത്രമെ മണൽത്തിട്ടകൾ ഉള്ളൂ. നൈൽനദി ഒഴിച്ച് സഹാറയിലെ മറ്റ് നദികളെല്ലാം മഴക്കാലത്ത് മാത്രം സജീവമാകുന്നവയാണ്. മധ്യആഫ്രിക്കയിലെ വിക്ടോറിയ തടാകത്തിൽനിന്ന് ഉത്ഭവിക്കുന്ന നൈൽ നദി സഹാറയെ മുറിച്ച് കടന്നുപോകുന്നു. മെഡിറ്ററേനിയൻ കടലിനാണ് നൈൽ നദി പതിക്കുന്നത്. സഹാറയുടെ മധ്യഭാഗം കൂടുതൽ വരണ്ടതാണ്.

മെഡിറ്ററേനിയൻ കാലാവസ്ഥയാണ് വടക്കൻ സഹാറയിൽ അനു

സഹാറ

സഹാറ മരുഭൂമിയിലൂടെയുള്ള ഒട്ടകസവാരി

ഭവപ്പെടുന്നത്. ഇവിടെ മഞ്ഞുകാലത്താണ് മഴ ലഭിക്കുന്നത്. തെക്കൻ സഹാറയിൽ വരണ്ട ഭൂമധ്യരേഖാകാലാവസ്ഥയാണ്. ഇവിടെ വേനൽക്കാലത്ത് മഴ ലഭിക്കുന്നു സഹാറയുടെ വടക്കൻ പകുതിയിൽ 20 മി മീറ്ററിൽ താഴെയാണ് വാർഷികവർഷപാതം. മറുപകുതിയിൽ 100 മി മീറ്ററിൽ താഴെയും.

ഹിമയുഗത്തിനു മുമ്പ് സഹാറയ്ക്ക് ഇന്നുള്ളതിനേക്കാൾ വിസ്തൃതി ഉണ്ടായിരുന്നത്രെ. ഹിമയുഗത്തിനവസാനം ഈ പ്രദേശത്ത് കൂടുതൽ മഴ ലഭിച്ചു. ഇന്നത്തെ സഹാറ രൂപപ്പെട്ടിട്ട് ഏതാണ്ട് 13000 വർഷമായിട്ടുണ്ടാകും. അസഹനീയമായ കാലാവസ്ഥയാണ്. വടക്കുകിഴക്കൻ കാറ്റുകൾ പലപ്പോഴും മണൽ കൊടുങ്കാറ്റിനു കാരണമാവുന്നു. ഇവ മണൽ മാത്രമല്ല പുറമെ പാറക്കഷ്ണങ്ങൾ വരെ പറത്തുന്നു. ഇവിടത്തെ ശരാശരി താപനില 30 ഡിഗ്രി സെൽഷ്യസാണ്. പക്ഷെ കഠിനമായ വേനൽക്കാലത്ത് താപനില 50 ഡിഗ്രി സെൽഷ്യസ് വരെ ഉയരാറുണ്ട്.

ഊഷ്മാവ്, വർഷപാതം, മണ്ണിന്റെ സ്വഭാവം, ജീവജാലങ്ങൾ എന്നീ ഘടകങ്ങൾ കണക്കിലെടുത്ത് സഹാറയെ ഏഴു വ്യത്യസ്ത ജൈവ മണ്ഡലങ്ങളാക്കി തിരിച്ചിരിക്കുന്നു. അറ്റ്ലാന്റിക് തീരമരുഭൂമി, അറ്റ്ലാന്റിക് സമുദ്രതീരത്തായി കിടക്കുന്ന പ്രദേശമാണ്. വടക്കൻ സഹാറ വടക്കേ അറ്റത്താണ്. മധ്യസഹാറ മരുഭൂമിയുടെ ഏറ്റവും ചൂടേറിയ ഭാഗമാണ്. ഇവിടെ സസ്യലതാദികൾ വളരെക്കുറവാണ്. തെക്കൻ സഹാറ സഹേൽ പുൽപ്പരപ്പിനും അത്യുഷ്ണം അനുഭവപ്പെടുന്ന മധ്യസഹാറയ്ക്കും ഇടയിൽ സ്ഥിതിചെയ്യുന്നു. പടിഞ്ഞാറൻ സഹാറയിൽ ധാരാളം

അഗ്നിപർവതങ്ങൾ ഉണ്ട്. മറ്റു പ്രദേശങ്ങളുമായി താരതമ്യം ചെയ്യുമ്പോൾ തണുത്തതും ഈർപ്പമുള്ളതുമായ കാലാവസ്ഥയാണ് ഇവിടെ അനുഭവപ്പെടുന്നത്. സ്ഥിരമായി മഴ ലഭിക്കുന്ന മേഖലയാണ് കിഴക്കൻ സഹാറ. ഈന്തപ്പന, അക്കേഷ്യ, അരളിച്ചെടികൾ എന്നിവ ഇവിടെ വളരുന്നു. സഹാറൻ ഹെലോപ്റ്റിക്സ് ഉപ്പുവെള്ളത്തിന്റെ സ്വാധീനമുള്ള മേഖലയാണ്.

നൈൽ തടത്തിലൊഴിച്ച് ബാക്കി പ്രദേശങ്ങളിലെല്ലാം സസ്യങ്ങൾ കുറവാണ്. വടക്കുള്ള പർവതങ്ങളിൽ ഒലീവ് ചെടികൾ വളരുന്നു. ഏതാണ്ട് 500 ഇനം സസ്യങ്ങൾ ഇവിടെ വളരുന്നതായി കണക്കാക്കുന്നു. സഹാറയുടെ വലിപ്പം കണക്കിലെടുക്കുമ്പോൾ ഇതൊരു വലിയ കാര്യമല്ല. അക്കേഷ്യ, പന, കുറ്റിച്ചെടികൾ പുല്ലുകൾ എന്നിവ വരണ്ട കാലാവസ്ഥയ്ക്ക് അനുയോജ്യമായ രീതിയിൽ വളരുന്നു. ഇവയ്ക്കൊക്കെ പൊക്കം വളരെ കുറവാണ്. കാറ്റിൽ ജലാംശം നഷ്ടപ്പെടാതിരിക്കാൻ ഇത് സഹായകരമാണ്. ഇവയിൽ ചിലതിന് മാംസളമായ കാണ്ഡങ്ങൾ ഉണ്ട്. വളരെ നീണ്ട വേരുകളാണ് ഇവയുടേത്. അവ ഉപരിതലത്തിനു സമാന്തരമായി വളർന്ന് ജലം വലിച്ചെടുക്കുന്നു. സഹാറയുടെ ഓരങ്ങളിൽ പച്ചപ്പ് കൂടിവരുന്നതായി അടുത്ത കാലത്ത് നിരീക്ഷിച്ചിട്ടുണ്ട്. ഇതൊരു നല്ല ലക്ഷണമാണ്.

ഒട്ടകങ്ങളും ആടുകളും സഹാറയിൽ കണ്ടുവരുന്ന ജീവികളാണ്. പത്ത് സെന്റീമീറ്റർ വരെ നീളമുള്ള തേളുകളെ ഇവിടെ കാണാം. പല ഇനത്തിൽ പെടുന്ന കുറുക്കന്മാർ ഇവടെയുണ്ട്. വലിയവെളുത്ത മാനുകൾ, ചെറുമാനുകൾ, പുള്ളിപ്പുലികൾ, പല്ലികൾ പാമ്പുകൾ, ആഫ്രിക്കൻ കാട്ടുനായ, ഒട്ടകപ്പക്ഷി എന്നിവയാണ് മറ്റ് മൃഗങ്ങൾ. മരുഭൂമിയിലെ കടുത്ത ചൂടിനെ നേരിടാൻ ചില ജന്തുക്കൾ പകൽ മുഴുവൻ മണ്ണിനടിയിൽ കഴിഞ്ഞുകൂടുന്നു. രാത്രിയിലാണ് ഇരതേടൽ. ചെടികളുടെ മാംസളമായ കാണ്ഡത്തിൽനിന്നും ഇവ ജലാംശം സ്വീകരിക്കുന്നു.

നൂറ്റാണ്ടുകൾക്കു മുമ്പ് തന്നെ മനുഷ്യൻ ഇവിടെ താമസിച്ചിരുന്നു. അന്ന് സഹാറ ഇത്രയും വരണ്ടതായിരുന്നില്ല. മുതലയടക്കമുള്ള ഉഭയജീവികളുടെ ഫോസിലുകൾ ഇവിടെനിന്ന് കണ്ടെടുത്തിട്ടുണ്ട്.

വടക്കൻ സഹാറയിലെ മരുപ്പച്ചയായ മൊസാബിൽ മൊസാബൈറ്റ്സ് എന്ന ഗോത്രവർഗക്കാർ താമസിക്കുന്നു. ചുണ്ണാമ്പുകല്ല് സുലഭമായ പീഠഭൂമിയുടെ ഭാഗമാണ് ഈ മരുപ്പച്ച. ഈന്തപ്പനയാണ് ഇവിടത്തെ പ്രധാനകൃഷി.

മരുഭൂമിയിൽനിന്ന് എണ്ണയും പ്രകൃതിവാതകവും ധാരാളമായി കുഴിച്ചെടുക്കുന്നു. പ്രത്യേകിച്ച് അൾജെറിയ, ലിബിയ എന്നീ രാജ്യങ്ങളിൽ നിന്ന്. പടിഞ്ഞാറൻ സഹാറയിൽനിന്ന് ഫോസ്ഫേറ്റുകൾ ലഭിക്കുന്നു.

അറബിയാണ് പ്രധാനഭാഷ എന്നു പറയാം. ഏതാണ്ട് 40 ലക്ഷം ജനങ്ങൾ ഇന്ന് ഇവിടെ താമസിക്കുന്നു.

സിനായ് ഉപദ്വീപ് മരുഭൂമി

ഈജിപ്തിൽനിന്ന് കടലിലേക്ക് തെറിച്ചു നിൽക്കുന്ന ത്രികോണാകൃതിയിലുള്ള ഉപദ്വീപാണ് സിനായ് ഉപദ്വീപ്. ഇതിന് 60,000 ചതുരശ്രകിലോമീറ്റർ വിസ്തൃതിയുണ്ട്. വടക്ക് മധ്യധരണ്യാഴിയും തെക്ക് ചെങ്കടലുമാണ്. പടിഞ്ഞാറ് ഈജിപ്ഷ്യൻ ഉൾക്കടലും സൂയസ് കനാലും കിഴക്ക് ഇസ്രയേലി രാജ്യവുമാണ്. ആഫ്രിക്കൻ വൻകരയ്ക്ക് നേരെ എതിർഭാഗത്ത് ഏഷ്യയിലാണ് ഈജിപ്തിന്റെ ഭാഗമായ ഈ പ്രദേശം.

പാറക്കെട്ടുകളും മണലും നിറഞ്ഞതാണ് ഇവിടത്തെ ഭൂപ്രകൃതി. ഗോബെൽ മൂസ (മോശ പർവതം)യ്ക്ക് 2,285 മീറ്റർ ഉയരം വരും. സെന്റ് കാതറിൻ എന്നറിയപ്പെടുന്ന മറ്റൊരു പർവതനിര ഇവിടെയുണ്ട്. ഇതിന് 2,642 മീറ്റർ ഉയരമാണ്. ഈ പർവതനിരയുമായി ചേർന്നുകിടക്കുന്ന പാറക്കെട്ടുകളിൽ പ്രകൃതി മനോഹരമായ കാവ്യങ്ങൾ സൃഷ്ടിച്ചിരിക്കുന്നു. മണലിനൊപ്പം ചുണ്ണാമ്പുകല്ല്, സ്ഫടികപ്പാറകൾ, മണൽക്കല്ലുകൾ എന്നിവയും ഇവിടെ കാണാം. മങ്ങിയ വെള്ളനിറം മുതൽ മഞ്ഞ, ചുവപ്പ്, കറുപ്പ് എന്നീ വർണങ്ങളിലുള്ള പാറക്കെട്ടുകൾവരെ കാണാം.

ഒട്ടേറെ പോരാട്ടങ്ങൾക്ക് വേദിയായിട്ടുള്ള പ്രദേശമാണ് ഓട്ടോമാൻ സാമ്രാജ്യത്തിന്റെ ഭാഗമായിരുന്ന ഈ പ്രദേശം. 1882 ൽ ഇംഗ്ലണ്ട് ഈജിപ്ത് കീഴടക്കി. സൂയസ് കനാൽ പ്രശ്നം രൂക്ഷമായപ്പോൾ ഇസ്രായേൽ ഈ പ്രദേശം കയ്യേറി. 1982 ലെ ഇസ്രയേൽ-ഈജിപ്ത് സമാധാനക്കരാറിന്റെ ഭാഗമായി ഇസ്രയേൽ ഇവിടെനിന്നും പിന്മാറി. ധാരാളം പവിഴപ്പുറ്റുകൾ ഉള്ള ഈ പ്രദേശം വിനോദസഞ്ചാരികൾക്ക് പ്രിയപ്പെട്ട

സിനായ് ഉപദ്വീപ് മരുഭൂമി

താണ്. ക്രിസ്ത്യൻ മതവിശ്വാസപ്രകാരം ഇവിടം ഒരു പുണ്യസ്ഥലമാണ്. സിനായ് കുന്നുകൾ സന്ദർശിക്കാൻ നിരവധി തീർഥാടകർ എത്താറുണ്ട്.

ഉയർന്ന കുന്നുകളും പർവതങ്ങളും ആയതിനാൽ ഇവിടെ പൊതുവെ ചൂട് കുറവാണ്. തണുപ്പുകാലത്ത് ഉയർന്ന പ്രദേശങ്ങളിലെ താപനില 16 ഡിഗ്രി സെൽഷ്യസ് വരെ ആവാറുണ്ട്. എന്നാൽ സമതലങ്ങളിൽ പകൽ നല്ല ചൂട് അനുഭവപ്പെടാറുണ്ട്. ശരാശരി 35 മി മീറ്റർ മഴ ലഭിക്കുന്നു.

മഴ കുറവായതിനാൽ സിനായ് മരുഭൂമി വരണ്ടതാണ്. പകൽ സമയത്തെ ഉയർന്ന ചൂടിൽ ഈർപ്പം മുഴുവൻ ആവിയായിപ്പോവും. എല്ലാ മരുഭൂമികളിലെയും പോലെ ചില ചെറിയ കുറ്റിച്ചെടികളും സസ്യങ്ങളും ഇവിടെ വളരുന്നു. മധ്യധരണ്യാഴിയുടെ തീരത്ത് കണ്ടൽക്കാടുകൾ ഉണ്ട്. വളരെയധികം ക്ഷാരഗുണമുള്ള ചതുപ്പാണ് ബാർഡവിൻ. ഇത് സിനായ് മരുഭൂമിയുടെ വടക്കുഭാഗത്താണ്. വർഷകാലത്തു മാത്രം സജീവമാകുന്ന ചില നദികൾ ഇവിടെയുണ്ട്. ഇതിന്റെ അടിത്തട്ടിൽ ചില സസ്യങ്ങൾ വളരുന്നു.

ഒട്ടകം, കുറുക്കൻ, ചെറുമാൻ, പുള്ളിപ്പുലി, പല്ലി, എലി, പാമ്പ് എന്നിവയെ ഇവിടെക്കാണാം. കഴുകന്മാരാണ് പ്രധാനപക്ഷികൾ. ആഗസ്റ്റ് മാസത്തിൽ ചില ദേശാടനക്കാക്കകൾ ഇവിടം സന്ദർശിക്കുന്നു.

6

അന്റാർട്ടിക്ക

അന്റാർട്ടിക്ക മരുഭൂമി

ഇതുവരെ പറഞ്ഞുവന്ന മരുഭൂമികളുടേതിൽനിന്നും തികച്ചും വ്യത്യസ്തമായ ഭൂപ്രകൃതി ഉള്ള ഒരു മരുഭൂമിയാണ് അന്റാർട്ടിക്ക. ഈ ഭൂഖണ്ഡത്തിൽ 98 ശതമാനം പ്രദേശവും മഞ്ഞുമൂടിക്കിടക്കുന്നു. ബാക്കിയുള്ള പ്രദേശത്ത് പാറക്കെട്ടുകളാണ്. ഇവിടമാണ് മരുഭൂമിയായി കണക്കാക്കുന്നത്. ഇവിടെ നൂറിലേറെ വർഷമായി മഴ പെയ്യാറില്ല. ഇതിന്റെ വിസ്തൃതി 14 ലക്ഷം ചതുരശ്ര കിലോമീറ്ററാണ്. അന്റാർട്ടിക്കയിൽ ആറുമാസം പകലും ആറുമാസം രാത്രിയുമാണ്. വേനൽക്കാലത്തിന്റെ പകുതിയാകുമ്പോൾ 24 മണിക്കൂറും സൂര്യപ്രകാശം ലഭിക്കും. ഭൂമിയുടെ ദക്ഷിണ ധ്രുവത്തിൽ സ്ഥിതിചെയ്യുന്ന അഞ്ചാമത്തെ ഭൂഖണ്ഡമാണ് ഇത്. ഏറ്റവും തണുപ്പുള്ള പ്രദേശങ്ങളിൽ ഒന്ന്. ഒരുകാലത്ത് വളരെ വലിയ ഭൂഖണ്ഡമായിരുന്നു. ഇത് പിളർന്നാണ് ഇന്ത്യ, ആഫ്രിക്ക, തെക്കേ അമേരിക്ക എന്നിവ ഉണ്ടായത്. പ്രതികൂല കാലാവസ്ഥയാലും ഒറ്റപ്പെട്ടു സ്ഥിതിചെയ്യുന്നതിനാലും ഏറെക്കാലം ഈ ഭൂഖണ്ഡം ആരാലും അറിയപ്പെടാതെ നിലനിന്നു. ഇന്ന് ഇന്ത്യയടക്കം വിവിധ രാജ്യങ്ങളിലുള്ളവർ ഇവിടെ താമസിച്ച് പഠനം നടത്തുന്നു.

അന്റാർട്ടിക്ക ഭൂപ്രദേശത്ത് നിരവധി അഗ്നിപർവതങ്ങൾ ഉണ്ട്. ഇവയിൽ മൗണ്ട് എർബസ് സജീവമാണ്. ഏകദേശം എഴുപതിലധികം തടാകങ്ങൾ ഇവിടെയുണ്ട് മഞ്ഞുരുകിയാണ് തടാകങ്ങൾ രൂപംകൊള്ളുന്നത്.

– 89 ഡിഗ്രി സെൽഷ്യസിനും –93.4 ഡിഗ്രി സെൽഷ്യസിനും ഇടയിലാണ് ഇവിടത്തെ താപനില. ഏറ്റവും തണുത്തുറഞ്ഞ മരുഭൂമിയാണിത്. വജ്റപ്പൊടി എന്നറിയപ്പെടുന്ന പ്രകൃതിപ്രതിഭാസം ഇവിടത്തെ പ്രത്യേ

എലിഫെന്റ് സീൽ

കതയാണ്. ഭൗമോപരിതലത്തിനു തൊട്ടുമുകളിൽ ചെറിയ മഞ്ഞുകട്ട കൾ അടങ്ങുന്ന മേഘങ്ങൾ രൂപപ്പെടുന്നു. ഇതാണ് വജ്റപ്പൊടി.

ട്രാൻസെന്റിക്ക് മലനിരകളാൽ അറ്റലാന്റിക് പ്രദേശം രണ്ടായി വിഭ ജിക്കപ്പെട്ടിരിക്കുന്നു. വെഡെൻ കടലിനും റോസ് കടലിനും ഇടയിലുള്ള ഭാഗമാണ് പടിഞ്ഞാറൻ അന്റാർട്ടിക്ക. ബാക്കിഭാഗം കിഴക്കൻ അന്റാർട്ടി ക്കയാണ്. പടിഞ്ഞാറൻ അന്റാർട്ടിക്കയെക്കാൾ തണുപ്പ് കിഴക്കൻ അന്റാർ ട്ടിക്കയിലാണ്.

കരയിൽ ജീവിക്കുന്ന മറ്റു ജീവികളും സസ്യങ്ങളും ഇവിടെയില്ല. തെക്കൻ എലിഫെന്റ് സീൽ, പെൻഗ്വിൻ, തിമിംഗലം, 12 തരം പക്ഷി കൾ എന്നിവ ഇവിടെയുണ്ട്. പലതരം പായൽച്ചെടികൾ ഇവിടെ വള രുന്നു. ലിച്ചെൻ പായൽച്ചെടികൾ പാറകളുടെ വിടവിലാണ് വളരുന്നത്. ലഭിക്കുന്ന നന്നേ കുറച്ച് സൂര്യപ്രകാശത്തിൽ പോലും ബാഷ്പീകരണം സംഭവിക്കരുത് എന്നു കരുതിയാവണം ഈ മുൻകരുതൽ. ഇവയ്ക്ക് ഏതാനും സെന്റീമീറ്റർ മാത്രമേ ഉയരമുള്ളൂ. വർഷങ്ങളോളം ജീവിക്കും. ഇതിന് 200 വർഷം വരെ ആയുസ്സ് ഉണ്ട്.

അന്റാർട്ടിക്ക ഭൂഖണ്ഡം ആരുടെയും ഭരണത്തിനു കീഴിലല്ല. ഇവിടെ മനുഷ്യവാസവുമില്ല. അന്റാർട്ടിക്കയെ സംരക്ഷിക്കാൻ അന്താ രാഷ്ട്രസമൂഹം നിയമങ്ങൾ പാസാക്കിയിട്ടുണ്ട്.

ഭൂഖണ്ഡത്തിന്റെ ഓരങ്ങളിൽ കൊടുങ്കാറ്റുകൾ സാധാരണമാണ്. എന്നാൽ മധ്യഭാഗത്ത് എത്തുന്നതോടെ കാറ്റിന്റെ ഉഗ്രത കുറയും. കാറ്റാ ബാറ്റിക്സ് എന്നറിയപ്പെടുന്ന കൊടുങ്കാറ്റുകൾ ഇവിടെ വീശുന്നു. ഏ

താനും മിനിറ്റുകൾ മാത്രമാണ് ചിലപ്പോൾ അത് നീണ്ടുനിൽക്കുക. ചില പ്പോൾ ദിവസങ്ങളോളം നീണ്ടുനിൽക്കും. ഈ കാറ്റ് പരന്ന പ്രതലത്തിൽ മഞ്ഞിന്റെ തരംഗങ്ങൾ സൃഷ്ടിക്കും.

ആർട്ടിക് മരുഭൂമി

ലോകത്തിന്റെ വടക്കേ അറ്റത്താണ് നിങ്ങളിപ്പോൾ നിൽക്കുന്നത് എന്ന് സങ്കൽപ്പിച്ചു നോക്കൂ. വർഷത്തിൽ മുക്കാൽ ഭാഗവും നിങ്ങളുടെ കാലുകൾ കട്ടിയായ ഹിമപാളികളിലോ ആർദ്രമായ മഞ്ഞിലോ ആയി രിക്കും. ചുറ്റുപാടും നിറയെ മഞ്ഞുതന്നെ. പക്ഷെ ഇവിടെ ജീവികൾ ഇല്ലെന്ന് കരുതരുത്. ചില ജന്തുക്കളുടെയും പക്ഷികളുടെയും സസ്ത നികളുടെയും ആവാസം ഇവിടെയാണ്. വെള്ളത്തിമിംഗലം, കടൽനായ, വാൽറസ്, ആർട്ടിക് ടേൺ, റെഡ് ഡോട്ട് ഡെവർ ഉൾപ്പെടെ നിരവധി അപൂർവയിനങ്ങൾ നിങ്ങളെ കാത്തിരിക്കുന്നു.

വരണ്ട പ്രദേശമായ ഇവിടെ 250 മി മീറ്ററിൽ താഴെ മാത്രമാണ് മഴ ലഭിക്കുന്നത്. മഞ്ഞുമൂടിയ ദ്വീപുകളും മലപോലെ നിൽക്കുന്ന ഹിമാനി കളെയും ഇവിടെ കാണാം.

നീണ്ട തണുപ്പുകാലവും വളരെ ചുരുങ്ങിയ ചൂടുകാലവുമാണ് ഇവിടെയുള്ളത്. ജൂലൈ മാസമാണ് ചൂടുകാലം. വളരെ അപൂർവമായി ചിലപ്പോൾ താപനില 30 ഡിഗ്രി സെൽഷ്യസ് വരെ ഉയരാറുണ്ട്. ആർട്ടി ക്കിൽ ജൂൺ മാസത്തിൽ 24 മണിക്കൂറും സൂര്യപ്രകാശം ലഭിക്കുന്നു. എന്നാൽ സപ്തംബർ മുതൽ മാർച്ച് വരെ സൂര്യപ്രകാശം തീരെ ലഭി

ആർട്ടിക് മരുഭൂമി

ക്കാറില്ല. വേനൽക്കാലത്ത് കരഭാഗത്തെയും ചുറ്റുമുള്ള കടലിലെയും മഞ്ഞ് ഉരുകിയിരിക്കും.

ചണ്ടി, പായൽ, പൂപ്പൽച്ചെടി, ചെറിയതരം പുല്ലുകൾ എന്നിവയാണ് ഇവിടത്തെ സസ്യങ്ങൾ.

കടൽപ്പക്ഷികളുടെ വിശാലമായ ആവാസസ്ഥലങ്ങൾ ഇവിടെയുണ്ട്. അവയിൽ പ്രധാനം അറ്റ്ലാന്റിക് പഫിൻ എന്ന പക്ഷിയാണ്. പെൻഗ്വിനെപ്പോലെ ഈ പക്ഷിയും ചിറക് ഉപയോഗിച്ച് വെള്ളത്തിലൂടെ നീന്തുന്നു. മഞ്ഞുമൂങ്ങകളെയും ഇവിടെ കാണാം. ആർട്ടിക് ഇരട്ടവാലൻ കടൽപ്പക്ഷികൾ ഇവിടത്തെ പ്രത്യേകതയാണ്. ധ്രുവക്കരടി, ആർട്ടിക് കുറുക്കൻ, കടലാന, വടക്കേ അമേരിക്കൻ കലമാൻ എന്നീ സസ്തനികളും ഇവിടെയുണ്ട്.

7

വടക്കേ അമേരിക്ക

ഗ്രേറ്റ് ബേസിൻ

പടിഞ്ഞാറൻ അമേരിക്കയിലെ മരുപ്രദേശമാണ് ഗ്രേറ്റ് ബേസിൻ. പേര് സൂചിപ്പിക്കുന്നതുപോലെ വിശാലമായ പ്രദേശമാണിത്. ഇതിനു ചുറ്റും നദികളും തടാകങ്ങളുമാണ്. ഈ മരുഭൂമിക്ക് 19,000 ചതുരശ്ര മൈൽ വിസ്തൃതിയുണ്ട്. ഇതിന്റെ പടിഞ്ഞാറേ അതിർത്തിയിലാണ് സൈറ നെപാദ മലനിരകൾ. കിഴക്ക് റോക്കി പർവതനിരകൾ. വടക്ക്

ഗ്രേറ്റ് ബേസിൻ

കൊളമ്പിയ മരുഭൂമിയും തെക്ക് സൊനാരൻ മരുഭൂമിയും. ഈ മരുഭൂമിയെ മുറിച്ചുകൊണ്ട് ധാരാളം ചെറിയ പർവതനിരകൾ ഉണ്ട്. ഇവ വടക്കുതെക്കായി കിടക്കുന്നു. ഇതിനിടയിൽ പരന്ന സമതലങ്ങൾ. രണ്ട് പ്രധാന മലനിരകൾക്കിടയിലെ മഴനിഴൽ പ്രദേശമാണിത്. ഗ്രേറ്റ് ബേസിനും മൊജെവ് മരുഭൂമിയും ചേർന്നുകിടക്കുന്നു. ഇവയുടെ അതിരുകൾ നിർണയിക്കാൻ പ്രയാസമാണ്. നരവംശശാസ്ത്രജ്ഞർ സംസ്കാരത്തിന്റെ വൈവിധ്യം കണക്കിലെടുത്തും സസ്യശാസ്ത്രജ്ഞർ സസ്യജാലങ്ങളുടെ വൈവിധ്യം പരിഗണിച്ചും അവയെ വേർതിരിക്കുന്നു.

ഭൂമധ്യരേഖയിൽനിന്ന് അകലെയായതിനാലും സമുദ്രനിരപ്പിൽനിന്ന് ഉയരത്തിലായതിനാലും ഇത് തണുത്ത മരുഭൂമിയാണ്. സമുദ്രനിരപ്പിൽ നിന്ന് 4000 അടിക്കും 6500 അടിക്കും ഇടയിലാണ് ഇതിന്റെ സ്ഥാനം. 21 മി മീറ്ററാണ് കുറഞ്ഞ വർഷപാതം. ചില വർഷങ്ങളിൽ 30 മി മീറ്റർ മഴ ലഭിക്കും. ഇത് വർഷത്തിൽ പലപ്പോഴായി പെയ്തുതീരുന്നു. മഞ്ഞുകാലത്ത് മഞ്ഞുവീഴ്ച പതിവാണ്. എന്നാൽ ഇവിടെ പെയ്യുന്ന മഴയും മഞ്ഞുമൊക്കെ പെട്ടെന്ന് ആവിയായി പോകുന്നു. നീണ്ട തണുപ്പുകാലം അനുഭവപ്പെടുന്നുണ്ടെങ്കിലും ബാഷ്പീകരണത്തോത് കൂടുതലാണ്. ഇവിടത്തെ നീർച്ചാലുകൾ ഒന്നും സമുദ്രത്തിലേക്ക് ഒഴുകുന്നില്ല. കാരണം, രണ്ടുഭാഗത്തും മലനിരകളാണ്.

ഈ മരുഭൂമിയുടെ അധികഭാഗവും പ്ലായകളാണ്. ഈ പ്രദേശത്തും ഇതിനു ചുറ്റിലും ഉപ്പിന്റെ അംശം കൂടുതലാണ്. ജലാംശം നീരാവിയായി പോകുന്നതിനാലാണ് ഇത് സംഭവിക്കുന്നത്.

അമേരിക്കയിലെ മറ്റു രണ്ട് മരുഭൂമികളിൽനിന്നും വ്യത്യസ്തമായി ഇവിടെ സസ്യജാലങ്ങൾ കുറവാണ്. ഉള്ളവയാകട്ടെ, ഒരേ ഗണത്തിൽ പെടുന്നവയുമാണ്. മൈലുകളോളം കുറ്റിച്ചെടികൾ നിറഞ്ഞിരിക്കുന്നു. ഗ്രീസ് വുഡ്, ബ്ലാക്ക് ബുഷ്, സ്നേക്ക് വീഡ്, സാൾട്ട് ബുഷ്, സേജ് ബുഷ് എന്നിവയാണ് പ്രധാനമായും ഉള്ളത്.

വലിയ കൊമ്പുള്ള ചെമ്മരിയാടുകൾ, കുറുക്കൻ, അണ്ണാൻ, കറുത്ത വാലുള്ള മുയലുകൾ, കങ്കാരു എലി എന്നീ ജന്തുക്കളെ ഇവിടെ കാണുന്നു. ബാൾഡ് ഈഗിൾ, പ്രാപ്പിടിയന്മാർ, വില്ലോ ഫ്ളൈ കാച്ചർ എന്നീ പക്ഷികളും ഇവിടെ ഉണ്ട്.

ചുണ്ണാമ്പുകല്ലുകളും കരിങ്കല്ലും ഈ മരുഭൂമിയിൽ സുലഭമാണ്. പടിഞ്ഞാറുള്ള പർവതനിരകളിൽ കരിങ്കല്ലും കിഴക്കും തെക്കും കിടക്കുന്ന പർവതനിരകളിൽ ചുണ്ണാമ്പുകല്ലും ധാരാളമുണ്ട്. ഗ്രേറ്റ് ബേസിൻ മരുഭൂമിയിൽ കാണുന്ന ഗുഹകളെല്ലാം ചുണ്ണാമ്പുകല്ലിൽ ഉള്ളവയാണ്. ഇവയിൽ തദ്ദേശീയരായ ആദിവാസികൾ പണ്ടു മുതലേ താമസിക്കുന്നു.

ചിഹ്വാഹ്വാൻ മരുഭൂമി

യു എസ്-മെക്സിക്കോ അതിർത്തിയിൽ സ്ഥിതി ചെയ്യുന്ന മരുഭൂമിയാണിത്. വടക്കേ അമേരിക്കയിലെ രണ്ടാമത്തെ വലിയ മരുഭൂമി.

മെക്സിക്കോയിലെ സയീ മദർ ഓറിയന്റൽ, മദർ ഓക്സി സെന്റർ എന്നീ രണ്ട് വലിയ പർവതനിരകൾക്കിടയിലാണ് ഇതിന്റെ സ്ഥാനം. അതുകൊണ്ടുതന്നെ ഇതൊരു മഴനിഴൽ മരുഭൂമിയാണ്. ചുറ്റുമുള്ള പർവതനിരകൾ മെക്സിക്കൻ കടലിടുക്കിൽനിന്നും പെസഫിക് സമുദ്രത്തിൽനിന്നും വീശുന്ന മഴക്കാറുകളെ ഇവിടേക്കു വരാതെ തടഞ്ഞുനിറുത്തുന്നു.

ദക്ഷിണമെക്സിക്കോയിലെ ലിയോ ഗ്രാൻഡി മലഞ്ചെരിവുമുതൽ അരിസോണ സംസ്ഥാനത്തിന്റെ തെക്കുകിഴക്കുഭാഗത്തുള്ള സാൽ സൈമൺ മലഞ്ചെരിവുവരെയാണ് ഇതിന്റെ വിസ്തൃതി. അരിസോണ, ന്യൂ മെക്സിക്കോ, ടെക്സസ് എന്നീ പ്രദേശങ്ങൾ ഈ മരുഭൂമിയുടെ അതിർത്തിക്കുള്ളിലാണ്. ഏകദേശം 3,62,600 ചതുരശ്ര കിലോമീറ്റർ വിസ്തൃതി കണക്കാക്കുന്നു.

സമുദ്രനിരപ്പിൽനിന്നും 1000 മീറ്റർ ഉയരത്തിലാണ് മരുഭൂമിയുടെ ഏറ്റവും താഴ്ന്ന പ്രദേശം. സമുദ്രനിരപ്പിൽ നിന്ന് 1675 മീറ്റർ ഉയരമുള്ള പ്രദേശങ്ങളും ഇവിടെയുണ്ട്. സൊനാരൻ മരുഭൂമിയെക്കാൾ ഉയരത്തിലാണ് ഇതിന്റെ സ്ഥാനം. റിയോ ഗ്രാൻഡെ, പെകോസ് എന്നീ നദികൾ ഇതിലൂടെ ഒഴുകുന്നു. റിയോഗ്രാന്റ് നദി മരുഭൂമിയുടെ അരികുകളിലൂടെ ഒഴുകുന്നു. പല മൃഗങ്ങൾക്കും പക്ഷികൾക്കും ആവാസത്തിന് സൗകര്യമൊരുക്കുന്നുത് ഈ നദിയാണ്.

വളരെയധികം തണുപ്പുള്ള ശീതകാലവും ചൂടുള്ള വേനൽക്കാലവുമാണ് ഇവിടെയുള്ളത്. 250 മി. മീറ്ററിൽ താഴെയാണ് വാർഷികവർഷപാതം. വേനൽക്കാലത്താണ് മഴ കൂടുതലും പെയ്യുന്നത്. തണുപ്പുകാലത്തിന്റെ ആരംഭത്തിലും മഴ ലഭിക്കുന്നു. മെക്സിക്കൻ കടലിടുക്കിൽനിന്ന്

ചിഹ്വാഹ്വാൻ മരുഭൂമി

വീശുന്ന മൺസൂൺ കാറ്റിൽനിന്നാണ് വേനൽക്കാലത്ത് മഴ ലഭിക്കുന്നത്. 35 ഡിഗ്രി സെൽഷ്യസിനും 40 ഡിഗ്രി സെൽഷ്യസിനും ഇടയിലാണ് ഇവിടത്തെ വേനൽക്കാല താപനില. വളരെ ഉയർന്നു കിടക്കുന്ന പ്രദേശങ്ങളിൽ മഞ്ഞുവീഴ്ച ഉണ്ടാകാറുണ്ട്.

വിശാലമായ മരുഭൂമിയായതിനാൽ വ്യത്യസ്തമായ മണ്ണിനങ്ങളാണ് ഇവിടെ കാണുന്നത്. ചുണ്ണാമ്പുകല്ല് പൊതുവായി കാണപ്പെടുന്നു. കാത്സ്യം കാർബണേറ്റിന്റെ അംശമുള്ള മണൽ ഈ മരുഭൂമിയുടെ സവിശേഷതയാണ്.

ഗ്രേറ്റ് ബേസിനിൽ ഉള്ളതുപോലെ ധാരാളം കുറ്റിച്ചെടികൾ ഇവിടെയും ഉണ്ട്. ഓക്ക്, പൈൻ, ജൂണിപ്പർ, മേപ്പിൾ തുടങ്ങിയ വൃക്ഷങ്ങൾ ഇവിടെയുണ്ട്. വെളുത്ത മുള്ളൻ, അക്കേഷ്യ, ഒക്ടോറ്റില്ലോ എന്നീ വലിയ മരങ്ങളും ഉണ്ട്. മരുഭൂമിയുടെ തെക്കുഭാഗത്ത് പലതരം കള്ളിച്ചെടികൾ വളരുന്നു. അരിസോണ റെയിൻബോ, മെക്സിക്കൻ ഫയർ ബാരെൻ എന്നീ വർഗങ്ങളാണ് ഇവിടെ കാണപ്പെടുന്നത്. റിയോ ഗ്രാൻഡെ നദീതീരത്ത് കോട്ടൺവുഡ് പോലുള്ള മരങ്ങൾ വളരുന്നു. പാമ്പ്, പല്ലി എന്നീ ജീവികളും ഉണ്ട്.

ചിഹ്വാഹ്വാൻ മരുഭൂമിക്ക് ഏറെ കാലപ്പഴക്കമില്ല. ഈ മരുഭൂമി രൂപപ്പെട്ടത് 8000 വർഷം മുമ്പ് മാത്രമാണ്. കഴിഞ്ഞ 150 വർഷമായി വീണ്ടും ചില മാറ്റങ്ങൾ കൂടി ഈ മരുഭൂമിക്ക് ഉണ്ടായി. 1850 കളിൽ ഈ മരുഭൂമിയിൽ നല്ല ഉയരത്തിൽ പുല്ല് വളർന്നിരുന്നു. പിന്നീട് പെട്ടെന്നാണ് ഈ പ്രദേശം മരുവൽക്കരണത്തിന് വിധേയമായത്. ഇതോടെ പുല്ലുകൾ അപ്രത്യക്ഷമായി. കുറ്റിച്ചെടികൾ മാത്രമായി. അനിയന്ത്രിതമായ കന്നുകാലി മേച്ചിലാണ് ഇതിനുകാരണമായി ചൂണ്ടിക്കാട്ടുന്നത്.

റിയോ ഗ്രാൻഡെ നദിയാണ് ഈ മരുഭൂമിയിലെ പ്രധാന ജലസ്രോതസ്സ്. ഇതുകൂടാതെ ചെറിയ തടാകങ്ങൾ, അരുവികൾ എന്നിവ വേനൽക്കാല മഴയെ തുടർന്നുണ്ടാകുന്നു. റിയോ ഗ്രാൻഡെ നദിക്ക് സമീപം ഭൂഗർഭജലം സുലഭമാണ്. എന്നാൽ മരുഭൂമിയുടെ ഉയരം കൂടിയ പ്രദേശത്ത് ജലലഭ്യത കുറവാണ്. ചിഹ്വാഹ്വാൻ മരുഭൂമിയിലെ പ്രധാന മരുപ്പച്ചയാണ് ക്വാട്രോസിനെഗാസ്.

മൊജേവ് മരുഭൂമി

അമേരിക്കയിലെ നാലു മരുഭൂമികളിൽ ഏറ്റവും ചെറുതാണ് മൊജേവ്. ഏതാണ്ട് 65,000 ചതുരശ്രകിലോമീറ്ററാണ് ഇതിന്റെ വിസ്തീർണം. കാലിഫോർണിയ, നെവേദ, ഉട്ട, അരിസോണ എന്നീ സംസ്ഥാനങ്ങളിലായാണ് ഇതിന്റെ സ്ഥാനം. സമുദ്രനിരപ്പിൽനിന്ന് പല ഉയരത്തിൽ തട്ടുതട്ടായാണ് മൊജേവ് കിടക്കുന്നത്. സമുദ്രനിരപ്പിൽ നിന്നും 146 മീറ്റർ താഴെ കിടക്കുന്ന മരണത്താഴ്‌വര മുതൽ 1600 മീറ്റർ ഉയരമുള്ള പർവതങ്ങൾ വരെ ഇവിടെയുണ്ട്. കൂടുതൽ പ്രദേശങ്ങളും 610 മീറ്ററിനും 1220 മീറ്ററിനും ഇടയിലാണ്. അതിനാൽ ഇതിനെ ഉയർന്ന മരുഭൂമി എന്നുവിളിക്കുന്നു.

മൊജേവ് മരുഭൂമി

മൊജേവ് മരുഭൂമിയുടെ വടക്ക് ഗ്രേറ്റ് ബേസിൻ പുൽത്തകിടി. പടിഞ്ഞാറ് സൈറ നെവാദ മലനിരകൾ. കിഴക്ക് കൊളറാഡോ പീഠഭൂമി, തെക്ക് സൊനാരൻ മരുഭൂമി. മൊജേവ് നദി ഈ മരുഭൂമിയിലൂടെ ഒഴുകുന്നു. കിഴക്കൻ പകുതിയിലൂടെയാണ് കൊളറാഡോ നദി ഒഴുകുന്നത്. അമർഗോസ നദിയുടെ പ്രയാണം രസകരമാണ്. ഗ്രേറ്റ് ബേസിൻ നദിയിൽ നിന്ന് ഒഴുകിയെത്തുന്ന ഈ നദി ആഷ് പുൽമേടിലെത്തുമ്പോൾ ഭൂമിക്കടിയിലേക്ക് ഒഴുകുന്നു. ഷാഷോണിനരികിലെത്തുമ്പോൾ ഭൂമിക്കുമുകളിൽ പ്രത്യക്ഷപ്പെടുന്നു. മരണത്താഴ്‌വരയിലാണ് ഇത് അവസാനിക്കുന്നത്.

മൊജെവ് മരുഭൂമിയിൽ ചൂടുള്ള കാലാവസ്ഥയാണ്. ഇവിടെ 65 മി. മീറ്ററിനും 190 മി. മീറ്ററിനും ഇടയിൽ മഴ ലഭിക്കുന്നു. സമുദ്രനിരപ്പിൽ നിന്നും വ്യത്യസ്ത ഉയരങ്ങളിൽ സ്ഥിതി ചെയ്യുന്നതിനാൽ മൊജെവ് മരുഭൂമിയിൽ പലയിടത്തും വ്യത്യസ്ത താപനിലയാണ് അനുഭവപ്പെടുന്നത്. മഴക്കാലത്ത് താഴ്ന്ന പ്രദേശത്ത് -70 ഡിഗ്രി സെൽഷ്യസ് താപനില അനുഭവപ്പെടുമ്പോൾ മറ്റ് പലയിടത്തും 18 ഡിഗ്രി സെൽഷ്യസ് ആയിരിക്കും. താപനില ഏപ്രിൽ മാസത്തിനുശേഷം മഴ ലഭിക്കാറില്ല. മെയ് പകുതിയാകുമ്പോൾ ചില പ്രദേശങ്ങളിലെ താപനില 32 ഡിഗ്രി മുതൽ 35 ഡിഗ്രി സെൽഷ്യസ് വരെയാകും.

മൊജെവ് മരുഭൂമിയുടെ അതിരുകളിൽ ഉടനീളം ജോഷോ മരങ്ങൾ ഉണ്ട്. 2000ത്തോളം വ്യത്യസ്ത ഇനം സസ്യങ്ങൾ ഇവിടെയുമുണ്ട്. അയേൺവുഡ്, നീല പാലോവെർദെ , മരുഭൂമി ലില്ലി, മരുനക്ഷത്രം, പലതരം കള്ളിച്ചെടികൾ തുടങ്ങിയവ അവയിൽ ചിലതാണ്. ഈ പ്രദേശത്ത് മാത്രം കാണപ്പെടുന്ന ചില കള്ളിച്ചെടികളാണ് സിൽവർ ചോള, മൊജേവ് പ്രിക്‌ലി പിയർ, പല ഇണർപ്പുകൾ ഉള്ള ബാരൻ കള്ളിച്ചെടികൾ എന്നിവ.

ഒരു വിനോദസഞ്ചാരകേന്ദ്രം കൂടിയാണ് മൊജെവ്. നാല് ദേശീയ പാർക്കുകൾ ഇവിടെയുണ്ട്. വലിയ പട്ടണങ്ങൾ ഈ മരുഭൂമിയിലുണ്ട്. അവയിൽ ഏറ്റവും വലിയ പട്ടണമാണ് ലാസ്‌വേഗാസ്. ഇവിടെ 1.9 ദശ ലക്ഷം പേർ താമസിക്കുന്നു. ഖനനവുമായി ബന്ധപ്പെട്ട് മൊജെവ് മരു ഭൂമിയിൽ ഒരു കാലത്ത് ധാരാളം നഗരങ്ങൾ രൂപപ്പെട്ടിരുന്നു. അവ പലതും ഇന്ന് ഉപേക്ഷിച്ച നിലയിലാണ്. ഇവയെ'പ്രേത നഗരങ്ങൾ' എന്നു വിളി ക്കുന്നു സ്വർണഖനനകേന്ദ്രമായിരുന്ന ഓട്ട്മാൻ, വെള്ളിഖനന കേന്ദ്രമാ യിരുന്ന കാലികോ, എണ്ണ ഖനന കേന്ദ്രമായിരുന്ന കെൻസോ എന്നിവ ഇതിന് ഉദാഹരണങ്ങളാണ്. മൂങ്ങ, കാലിഫോർണിയ രാജവെമ്പാല, പല്ലി, മുയൽ, ഇഗ്വാന, കുറുക്കൻ, ആമ, കംഗാരു എലി, അണ്ണാൻ, മാൻ തുട ങ്ങിയ മൃഗങ്ങളെ ഇവിടെ കാണുന്നു.

സൊനാരൻ

ഒരു മരുഭൂമിക്ക് കണ്ണുകളെ കുളിർപ്പിക്കാൻ കഴിയുമോ? സൊനാ രന് അതിന് കഴിയും. മരുഭൂമിക്ക് കാവൽക്കാരായി നിൽക്കുന്ന വലിയ സഗേരോ കള്ളിച്ചെടികൾ ! അവയിൽ വേനൽക്കാലത്ത് വിരിയുന്ന മനോ ഹരമായ വെള്ളപുഷ്പങ്ങൾ. അവയാൽ ആകർഷിതരായി എത്തുന്ന പക്ഷികൾ!

സൊനാരന്റെ വിസ്തൃതി 311,000 ചതുരശ്ര കിലോമീറ്റർ ആണ്. വടക്കേ അമേരിക്കയിലെ വലിയ മരുഭൂമികളിൽ ഒന്നാണിത്. അമേരിക്ക യിൽ മെക്സിക്കോ അതിർത്തിയിലാണ് ഇതിന്റെ സ്ഥാനം. അമേരിക്കൻ

സൊനാരൻ മരുഭൂമിയിലെ സഗേര കള്ളിച്ചെടികൾ

സംസ്ഥാനങ്ങളായ അരിസോണ, കാലിഫോർണിയ, മെക്സിക്കൻ പ്രദേശങ്ങളായ സൊനാര, ബാജു കാലിഫോർണിയ എന്നിവ ഈ മരുഭൂമിയുടെ ഭാഗമാണ്.

കാലിഫോർണിയ കടലിടുക്കിന്റെ വടക്കേ അറ്റത്തായി സ്ഥിതി ചെയ്യുന്ന ഈ മരുഭൂമിയിൽ മറ്റ് മരുഭൂമികളെക്കാൾ കൂടുതൽ മഴ ലഭിക്കുന്നു. മഴ പെയ്തുകഴിഞ്ഞാൽ മരുഭൂമി വല്ലാതെ തണുക്കും. മഴ മാറിയാൽ കഠിനമായ ചൂടും വരൾച്ചയും അനുഭവപ്പെടും. ഇവിടെ 260 മി മീറ്ററിൽ താഴെ മഴ ലഭിക്കുന്നു. ബാജ കാലിഫോർണിയ കടൽത്തീരത്താകയാൽ കൂടുതൽ മഴ ലഭിക്കുന്നു. മരുഭൂമിയുടെ പടിഞ്ഞാറു ഭാഗത്ത് 50 മി മീറ്ററിൽ താഴെ മാത്രമെ മഴ ലഭിക്കുന്നുള്ളൂ.

കൊളറാഡോ നദിയും ഗിലാ നദിയും ഈ മരുഭൂമിയിലൂടെ ഒഴുകുന്നു. സൊനാരൻ മരുഭൂമിയിലെ മലനിരകളാണ് കോഫയും കറ്റാലിനയും. കറ്റാലിന മലനിരകളിൽ മഞ്ഞുവീഴ്ചയുണ്ടാകാറുണ്ട്.

മറ്റ് മരുഭൂമികളെ അപേക്ഷിച്ച് സസ്യസമൃദ്ധമാണ് സൊനാരൻ. വ്യത്യസ്ത ഇനങ്ങളിൽ പെട്ട 2000 ചെടികൾ ഇവിടെ വളരുന്നു. ഈ ചെടികളുടെ വേരുകൾക്ക് 50 മീറ്റർ താഴെനിന്നുവരെ ജലം ശേഖരിക്കാൻ കഴിയും. ചില സസ്യങ്ങൾ വേരിലും തണ്ടിലും ഇലയിലും ജലം ശേഖരിക്കുന്നു. അയേൺവുഡ് പോലുള്ള സസ്യങ്ങൾ വരൾച്ച വരുമ്പോൾ ഇല കൊഴിക്കുന്നു. സെഗേരോ കള്ളിച്ചെടികൾ വേനൽക്കാലത്ത് പുഷ്പിക്കുകയും മഴക്കാലത്ത് ഇതിലെ കായ്കൾ പഴുക്കുകയും ചെയ്യുന്നു. ഇഗ്വാനകളുടെ ഇഷ്ടഭക്ഷണമാണ് ഈ പഴങ്ങൾ. നിരവധി ചെറുമരങ്ങൾ ഇവിടെയുണ്ട്. മഞ്ഞ പലോ വെർദേ, നീല പലോ വെർദെ, അക്കേഷ്യാ, അയേൺവുഡ് എന്നിവ അവയിൽ ചിലതാണ്. ധാരാളം കുറ്റിച്ചെടികൾ ഇവിടെയുണ്ട്. 60 തരം സസ്തനികളും 350 തരം പക്ഷികളും നൂറിൽപ്പരം ഉരഗങ്ങളും ഇവിടെയുണ്ട്.

ഒരുകാലത്ത് ജനവാസം തീരെ ഇല്ലാതിരുന്ന ഇവിടേക്ക് ഇന്ന് ധാരാളം സന്ദർശകർ എത്താറുണ്ട്. മരുഭൂമിയുടെ ഭാഗമായ അരിസോണയിൽ ഇപ്പോൾ പണ്ടത്തെക്കാൾ കൂടുതൽ ജനവാസം ഉണ്ട്. സൊനാരൻ മരുഭൂമിയുടെ ഒരുഭാഗം സംരക്ഷിതമേഖലയായി സൂക്ഷിച്ചിട്ടുണ്ട്.

കാർക്രോസ് മരുഭൂമി

മരുഭൂമികളിലെ ഇത്തിരിക്കുഞ്ഞനാണ് കാർക്രോസ്. ലോകത്തിലെ ഏറ്റവും ചെറിയ മരുഭൂമി.

കാനഡയിലാണ് ഇത്. ഇതിന്റെ വിസ്തീർണം 2.6 ചതുരശ്ര കിലോ മീറ്റർ മാത്രമാണ്. മണൽക്കൂനകളുടെ ഒരു നിരയാണ് ഈ പ്രദേശം. അവസാനഹിമയുഗത്തിലാണ് ഈ മണൽക്കൂനകൾ രൂപപ്പെട്ടത് എന്നു കരുതുന്നു. മഞ്ഞ് ഉരുകി വലിയ തടാകങ്ങൾ ഉണ്ടാവുകയും അവ വറ്റി

കാർക്രോസ് മരുഭൂമി

യപ്പോൾ മണൽ അവശേഷിക്കുകയും ചെയ്തു. തൊട്ടടുത്ത ബെന്നറ്റ് തടാകത്തിൽനിന്ന് കാറ്റ് മണൽ ഇവിടേക്ക് എത്തിക്കുന്നു.

50 സെന്റീമീറ്ററിൽ താഴെ മഴ പെയ്യുന്ന പ്രദേശമാണ് ഇവിടം. ചുറ്റുപാടുമുള്ള പ്രദേശത്തെക്കാൾ വരണ്ട പ്രദേശമാണിത്. ചുറ്റുമുള്ള പർവതങ്ങളുടെ മഴനിഴൽപ്രദേശമാണ് ഇവിടം. വളരെ അപൂർവമായ ചില സസ്യങ്ങൾ ഈ വരണ്ട പ്രദേശത്ത് വളരുന്നു.

8

തെക്കേ അമേരിക്ക

പാറ്റഗോണിയ

തെക്കേഅമേരിക്കാ ഭൂഖണ്ഡത്തിന്റെ തെക്കേ അറ്റത്തുള്ള മരുഭൂമിയിലാണ് ഇത്. അർജന്റീനയിലും ചിലിയിലുമായി കിടക്കുന്നു. വിസ്തൃതിയുടെ കാര്യത്തിൽ ലോക മരുഭൂമിയിൽ അഞ്ചാംസ്ഥാനമാണ് പാറ്റഗോണിയയ്ക്കുള്ളത്. ഇതിന്റെ വിസ്തൃതി 678,000 ചതുരശ്ര കിലോമീറ്ററാണ്. പടിഞ്ഞാറു ഭാഗവും തെക്കുഭാഗവും ആന്റീസ് പർവതനിരകളാണ്. കിഴക്ക് അറ്റ്ലാന്റിക് സമുദ്രം.

പാറ്റഗോണിയ

1520 ൽ മഗല്ലനാണ് ഈ പ്രദേശത്തെ ജനങ്ങളെ വിശേഷിപ്പിക്കാൻ പാറ്റഗോണിയ എന്ന വാക്ക് ആദ്യമായി ഉപയോഗിച്ചത്. മറ്റുപ്രദേശങ്ങളിൽ ഉള്ളവരെക്കാൾ വലിപ്പമുള്ള ഇവരെ അതികായർ എന്ന അർഥത്തിലാണ് ഈ പേരു വിളിച്ചത്.

പാറ്റഗോണിയയുടെ അർജന്റീനയിൽ ഉൾപ്പെടുന്ന ഭാഗം പരന്ന പ്രദേശമാണ്. 100 മീറ്റർ ഉയരമുള്ള 13 തിട്ടകൾ ഇവിടെയുണ്ട്. ഒരൊറ്റ പച്ചപ്പുപോലുമില്ലാതെ നിറയെ ചരൽക്കല്ലുകൾ നിറഞ്ഞവയാണ് അവ. ഇവയ്ക്കിടയിലുള്ള മടകളിൽ ചെളിനിറഞ്ഞ തടാകങ്ങൾ ഉണ്ട്. ആന്റീസിനടുത്തെത്തുമ്പോൾ ചരൽക്കല്ലുകൾക്ക് പകരം ഗ്രാനേറ്റും ലാവപാറക്കഷ്ണങ്ങളും കാണപ്പെടുന്നു.

സസ്യങ്ങളും ജന്തുക്കളും വളരെ കുറവാണ്. ആന്റീസിനു പടിഞ്ഞാറ് നല്ല മഴ ലഭിക്കുന്നതിനാലും സമുദ്രത്തിനടുത്തായതിനാലും തണുത്തതും ഈർപ്പം നിറഞ്ഞതുമായ അന്തരീക്ഷമാണ്. ഇതുമൂലം ഹിമാനികളും മഞ്ഞുപാളികളും ധാരാളമുണ്ട്. തെക്കൻ അർധഗോളത്തിൽ അന്റാർട്ടിക്ക കഴിഞ്ഞാൽ ഏറ്റവും കൂടുതൽ മഞ്ഞുപാടങ്ങൾ ഉള്ളത് ഇവിടെയാണ്. ഇവിടത്തെ താപനില 12 ഡിഗ്രി സെൽഷ്യസ് കൂടാറില്ല. ഏഴു മാസം തണുപ്പുകാലവും അഞ്ചുമാസം വേനൽക്കാലവുമാണ്.

പ്രധാനസവിശേഷതകൾ വച്ചുനോക്കുമ്പോൾ ഒരുകാലത്ത് പാറ്റഗോണിയ, അന്റാർട്ടിക്കയുടെ ഭാഗമായിരുന്നു എന്നു കരുതാം. ഈ പ്രദേശം സ്ഥിരസ്വഭാവത്തോടെ ഉരുവംകൊണ്ടിട്ട് അധികകാലമായിട്ടില്ല. ചിലിക്കു ചുറ്റും ഈയിടെ ആവിർഭവിച്ച ചെറുദ്വീപുകൾ ഇതിനു തെളിവാണ്. ദക്ഷിണ അമേരിക്കയിലെ പാമ്പാസ് രൂപീകരണത്തിന്റെ പൊതു

ഗുവാനകോ

വായ സ്വഭാവവും ഈ പഴക്കമില്ലായ്മയുടെ തെളിവാണ്. ചെറിയ ചരൽക്കുന്നുകളും കുറച്ചുകൂടി വലിയ ഉരുളൻകല്ലുകളും മണലും അഗ്നി പർവതചാരവും എല്ലാം പാറ്റഗോണിയയിലുണ്ട്. പാമ്പാസിന്റെ രൂപവൽക്കരണചരിത്രം പരിശോധിച്ചാൽ ഒരു കാര്യം വ്യക്തമാകും. അടുത്തകാലത്തായി ബ്യൂണസ് അയേഴ്സ് പ്രവിശ്യ കുറെക്കൂടി കിഴക്കോട്ട് നീങ്ങി. കടൽ മുന്നോട്ടുവരികയും പിന്നീട് പിറകോട്ട് അടിക്കുകയും ചെയ്യുമ്പോൾ ഉപ്പുവെള്ളത്തിന്റെ അവശേഷിപ്പ് ഉണ്ടാകുന്നു. അത് പാമ്പാസിൽ നിമ്നോന്നതപ്രദേശങ്ങൾ ഉണ്ടാകുന്നതിന് കാരണമാകുന്നു. ഇവയൊക്കെ താരതമ്യേന അടുത്ത കാലത്ത് സംഭവിച്ചതാണ്.

ഗുവാനകോ, കൗഗർ, ബ്രസീലിയൻ കുറുക്കൻ, ടുക്കോ ടുക്കോ എന്നൊരുതരം എലി എന്നിവയാണ് പാറ്റഗോണിയൻ പ്രദേശത്ത് കൂടുതൽ കാണപ്പെടുന്ന സസ്തനികൾ. നമ്മുടെ ആടിനെപ്പോലെയുള്ള ഒരു മൃഗമാണ് ഗുവാനകോ. ഇവ കൂട്ടംകൂട്ടമായി മേയുന്നു. പക്ഷികൾ ഇവിടെ ധാരാളമുണ്ട്. കരാൻകോ എന്ന കഴുകൻ ഇവിടത്തെ സ്ഥിരം സാന്നിധ്യമാണ്. നീളൻ വാലുള്ള പച്ചതത്തകൾ, ഫ്ളമിങ്കോ, വാത്ത, ഹമ്മിംങ് ബേഡ്, സ്റ്റീമർ, താറാവ് എന്നിവയും ധാരാളമുണ്ട്. തെക്കൻ തിമിംഗലം, മഗല്ലനിക് പെൻഗ്വിൻ, ഓർക്ക, നീർനായ എന്നിവയെയും കാണാം.

അറ്റക്കാമ മരുഭൂമി

തെക്കെ അമേരിക്കയിലെ ചിലിയിൽ സ്ഥിതി ചെയ്യുന്ന ഊഷരമരുഭൂമിയാണ് അറ്റക്കാമ. മഴയില്ലാത്ത മരുഭൂമി എന്ന് ഇതിനെ വിശേഷിപ്പിക്കാം. അറ്റക്കാമപോലെ ചുരുക്കം ചില മരുഭൂമികളിലാണ് തീരെ മഴയില്ലാത്തത്. മരുഭൂമിയുടെ ചില ഭാഗങ്ങളിൽ മഴ പെയ്തിട്ട് ഏതാണ്ട് 400 വർഷങ്ങൾ കഴിഞ്ഞിട്ടുണ്ടാവും. തെക്കേ അമേരിക്കയിൽ പെസഫിക് തീരത്ത് സ്ഥിതി ചെയ്യുന്ന ഈ മരുഭൂമിക്ക് 1,81,300 ചതുരശ്ര കിലോമീറ്റർ വിസ്തൃതിയുണ്ട്. ഈ മരുഭൂമി ആന്റീസ് പർവതനിരയ്ക്ക് പടിഞ്ഞാറാണ്.

നാഷണൽ ജ്യോഗ്രഫിക് പര്യവേക്ഷണ സംഘത്തിന്റെ അഭിപ്രായത്തിൽ ലോകത്തിലെ ഏറ്റവും വരണ്ട മരുഭൂമിയാണിത്. ഇതിന്റെ ഭൂരിഭാഗം പ്രദേശത്തും ഉപ്പുകലർന്ന തടാകങ്ങളും മണലും തണുത്തുറഞ്ഞ അഗ്നിപർവത ലാവാപ്രവാഹവും ഉണ്ട്.

സഹാറയെയും മൊജേവ് മരുഭൂമിയെയും അപേക്ഷിച്ച് അറ്റക്കാമയിൽ ചൂട് കുറവാണ്. 25 ഡിഗ്രി സെൽഷ്യസാണ് ശരാശരി താപനില. ആന്റീസ് പർവതനിരയിൽനിന്നും ചിലിയൻ തീരമേഖലയിൽനിന്നും വീശുന്ന ചൂടേറിയ കാറ്റ് അന്തരീക്ഷത്തിലെ ഈർപ്പം ഇല്ലാതാക്കുന്നു. മഴയില്ലെങ്കിലും ചില പ്രദേശങ്ങളിൽ ജലം ഉണ്ട്. മുൻപ് ഉണ്ടായ മഴയുടെ ഫലമായി രൂപപ്പെട്ട പല തടാകങ്ങളും വറ്റിക്കൊണ്ടിരിക്കുകയാണ്. ജലം വറ്റുന്നതോടെ ഉള്ള ജലം ഉപ്പുനിറഞ്ഞതാകുന്നു. ആന്റീസ് പർവ

അറ്റക്കാമ മരുഭൂമി

തനിരയുടെ മുകളിൽ ഉരുകാത്ത മഞ്ഞ് ഉണ്ട്. ആന്റീസ് പർവതനിരയിൽ സജീവമായ അഗ്നിപർവതങ്ങൾ ഉണ്ട്. അവ ഭൂഗർഭജലത്തെ ചൂടാക്കുകയും ചൂടുനീരുറവകൾക്ക് ജന്മം നൽകുകയും ചെയ്തിട്ടുണ്ട്.

അറ്റക്കാമ മരുഭൂമിയിൽ മഴ ഇല്ലാത്തതിന് രണ്ട് കാരണങ്ങൾ ഉണ്ട്. ഒന്ന് ആന്റീസ് പർവതനിരയ്ക്കു മുകളിലുള്ള ഉയർന്ന അന്തരീക്ഷമർദം ഇവിടത്തെ വായുവിനെ വരണ്ടതും തണുപ്പുള്ളതുമാക്കുന്നു. ഇതിൽ ജലാംശം ഒട്ടുംതന്നെയുണ്ടാവില്ല. രണ്ട് അറ്റക്കാമ മരുഭൂമി ആന്റീസ് പർവതനിരയുടെ മഴനിഴൽപ്രദേശമാണ്. അറ്റാലന്റിക് സമുദ്രത്തിൽ നിന്നും വീശുന്ന മഴക്കാറ്റിനെ ആന്റീസ് തടുത്തു നിറുത്തി പർവതനിരയ്ക്ക് കിഴക്ക് മഴ പെയ്യിക്കുന്നു. മലനിരയുടെ പടിഞ്ഞാറ് കാറ്റെത്തുമ്പോൾ അത് വരണ്ടതാവുന്നു. പർവതനിരയുടെ കിഴക്കുഭാഗത്ത് ആമസോൺ നദിക്ക് സമൃദ്ധമായി ജലം ലഭിക്കുമ്പോൾ പർവതനിരയുടെ മറുഭാഗത്ത് ഏറ്റവും വരണ്ട പ്രദേശവും കാണുന്നു എന്നത് അത്ഭുതം ഉളവാക്കുന്നു.

അറ്റക്കാമയിൽ മനുഷ്യവാസം വിരളമാണ്. പെസിഫിക് തീരത്താണ് പ്രധാനമായും മനുഷ്യവാസമുള്ളത്. ഉൾപ്രദേശത്ത് ചില മരുപ്പച്ചകൾ ഉണ്ട്. സാൻ പെഡ്രോ ഡെ അറ്റക്കാമ സമുദ്രനിരപ്പിൽ നിന്ന് 2,443 മീറ്റർ ഉയരത്തിൽ ഉള്ള മരുപ്പച്ചയാണ്. ഇവിടെ ജൂൺ മുതൽ ആഗസ്റ്റ് വരെയുള്ള തണുപ്പുകാലത്ത് 22 ഡിഗ്രി സെൽഷ്യസ് ആണ്. പകൽ സമയത്തെ താപനില. രാത്രിയത് 4 ഡിഗ്രി സെൽഷ്യസാകും. ഈ മരുപ്പച്ചയിലും മറ്റ് മരുപ്പച്ചകളിലും മനുഷ്യവാസം ഉണ്ട്.

സ്പാനിഷ് ഭരണകാലത്താണ് തീരദേശപട്ടണങ്ങൾ ഉരുവം കൊണ്ടത്. വെള്ളിഖനികൾ ഇതിനു സമീപത്തുണ്ട്. വെടിയുപ്പ് കണ്ടുപിടിച്ചതോടെ ഈ പ്രദേശത്തിന്റെ അവകാശത്തിനായി ബൊളീവിയ, പെറു, ചിലി എന്നീ രാജ്യങ്ങൾ തർക്കം ഉന്നയിച്ചു. യുദ്ധത്തിനുശേഷം ഈ പ്രദേശത്തിന്റെ ഭൂരിഭാഗവും ചിലിയുടെ നിയന്ത്രണത്തിനു കീഴിലായി. ലോകത്തിലെ ഏറ്റവും വലിയ വെടിയുപ്പ് ഖനനകേന്ദ്രം ഇവിടെയായിരുന്നു. ചെമ്പ് നിക്ഷേപവും ഇവിടെയുണ്ട്. ലോകത്തിലെ ഏറ്റവും വലിയ തുറന്ന ചെമ്പ്ഖനി ഈ മരുഭൂമിയിലെ ചുക്കികാംന എന്ന പ്രദേശത്താണ്. ഇന്ന് അവയിലെ നിക്ഷേപങ്ങൾ ഏതാണ്ട് അവസാനിച്ചു കഴിഞ്ഞു. അതിനാൽ ഉപേക്ഷിക്കപ്പെട്ട ഖനിപ്പട്ടണങ്ങളാണ് ഇവിടെയുള്ളത്.

പല്ലി, പെറൂവിയൻ കുറുക്കൻ, കടൽപ്പക്ഷികൾ എന്നിവ ഇവിടത്തെ അന്തേവാസികളാണ്. ലാമാസ് എന്നു വിളിക്കുന്ന മൃഗം ഇവിടെ കാണപ്പെടുന്നു. ഇതിനു വെള്ളം വേണ്ട. ജലാംശം നിറഞ്ഞ ഇലകളാണ് ഇവയുടെ ഭക്ഷണം. സാധനങ്ങൾ വഹിക്കാനായി ഈ മൃഗത്തെ അന്നാട്ടുകാർ ഉപയോഗിക്കുന്നു. ഇവിടെ കാണുന്ന ഹമ്മിങ് ബേഡ് മറ്റിടങ്ങളിലെ ഹമ്മിങ്ബേഡുകളെക്കാൾ വലുതാണ്.

9

ആസ്ട്രേലിയ

ഗിബ്സൺ മരുഭൂമി

ആസ്ട്രേലിയ ഭൂഖണ്ഡത്തിലെ മരുഭൂമികളിൽ അഞ്ചാം സ്ഥാന മാണ് ഈ മരുഭൂമിക്കുള്ളത്. ഇത് ഭൂഖണ്ഡത്തിന്റെ പടിഞ്ഞാറു ഭാഗത്ത് സ്ഥിതി ചെയ്യുന്നു. 1876 ൽ ഏണസ്റ്റ് ഗിൽ എന്ന പര്യവേക്ഷകനും സംഘവും ഈ മരുഭൂമി മുറിച്ച് കടക്കാൻ ശ്രമിക്കവെ സംഘാംഗമായ ഗിബ്സൺ മരണമടഞ്ഞു. അദ്ദേഹത്തിന്റെ ഓർമയ്ക്കായാണ് മരുഭൂമിക്ക് ഈ പേര് നൽകിയത്. ഇതിന്റെ വിസ്തൃതി 1,55,900 ചതുരശ്ര കിലോമീറ്ററാണ്.

'നിരാശയുടെ തടാകം' എന്നറിയപ്പെടുന്ന ഉപ്പുതടാകത്തിനും മക്ഡൊണാൾഡ് തടാകത്തിനും ഇടയിലാണ് അതിന്റെ സ്ഥാനം. ദക്ഷിണായനരേഖ ഈ മരുഭൂമിയിലൂടെ കടന്നുപോകുന്നു. കല്ലുകളും ചുവന്ന മണലും മണൽത്തിട്ടകളും നിറഞ്ഞതാണ് ഇവിടത്തെ ഭൂപ്രകൃതി. അധികം ഉയരമില്ലാത്ത പാറക്കൂട്ടങ്ങളും ചെങ്കല്ലും ഇവിടെയുണ്ട്. ഇരുമ്പിന്റെ അംശം കൂടുതലുള്ള കടുംചുവപ്പ് ചെങ്കല്ലാണ് ഇവിടെയുള്ളത്. ഉപ്പു നിറഞ്ഞ ഏതാനും ചെറിയ തടാകങ്ങളും ഉണ്ട്.

ഇവിടെ 200 മി മീറ്ററിനും 250 മി മീറ്ററിനും ഇടയിൽ മഴ ലഭിക്കുന്നു. പക്ഷെ ബാഷ്പീകരണത്തോത് വളരെ കൂടുതലാണ്. ചൂടുള്ള കാലാവസ്ഥയാണ്. വേനൽക്കാലത്ത് താപനില 40 ഡിഗ്രി സെൽഷ്യസ് വരെ ഉയരാറുണ്ട്. തണുപ്പുകാലത്ത് 18 ഡിഗ്രി സെൽഷ്യസാണ് ശരാശരി താപനില. ചിലപ്പോൾ താപനില 6 ഡിഗ്രി സെൽഷ്യസ് വരെ താഴും. നമ്മുടെ കാലാവസ്ഥയിൽനിന്നും വ്യത്യസ്തമായി ദക്ഷിണാർധഗോളത്തിൽ സ്ഥിതി ചെയ്യുന്ന ഗിബ്സണിൽ ഡിസംബർ- ജനുവരിയാണ് ചൂടുകാലം.

ഗിബ്സൺ മരുഭൂമി

ആസ്ട്രേലിയൻ ആദിവാസികളാണ് ഇവിടത്തെ പ്രധാനതാമസക്കാർ. 1984 വരൾച്ചക്കാലത്ത് അരുവികളും ജലാശയങ്ങളും പൂർണമായി വറ്റി. മരുഭൂമിയുടെ മധ്യകിഴക്കൻ ഭാഗത്തുള്ള ഊരുതെണ്ടികളായ, പുറംലോകവുമായി ബന്ധപ്പെടാത്ത ആദിവാസികൾ ആദ്യമായി പുറംലോകത്തെ ജനങ്ങളുമായി ബന്ധപ്പെട്ടത് അപ്പോഴാണ്.

ഖനികളാണ് ഇവിടത്തെ പ്രധാന വരുമാനമാർഗം. ഗ്രേറ്റർ ബിൽബി, കർല്യ(ഒരിനം ജലപക്ഷി) എന്നിവ ഇവിടെ ജീവിക്കുന്നു. ഗ്രേറ്റർ ബിൽബി മുയൽ പോലെ ചെറിയൊരു മൃഗമാണ്. നീണ്ട ചെവികളാണ്. ഇവ രാത്രിയിലാണ് ഇര തേടുന്നുത്.

'നിരാശയുടെ തടാകം' നിരവധി പക്ഷികളുടെ ആവാസകേന്ദ്രമാണ്. മരുഭൂമിയിലെ സ്ഥിരം വാഹനമായ ഒട്ടകം മരുഭൂമിയുടെ അരികുകളിൽ ജീവിക്കുന്നു. കൂടാതെ അൽപ്പം പച്ചപ്പുള്ള ഇടത്ത് ചെമ്മരിയാടിനെ വളർത്തുന്നു.

മുർഗാസ് എന്ന യൂക്കാലിപ്റ്റസ് കുറ്റിച്ചെടികൾ, ട്രിയോഡിയ പുല്ലുകൾക്കൊപ്പം വളരുന്നു. അപൂർവമായി ലഭിക്കുന്ന മഴയ്ക്കുശേഷം ഈ കുറ്റിച്ചെടികളിൽ മനോഹരമായ മഞ്ഞപ്പൂക്കൾ വിരിയുന്നു.

ഗ്രേറ്റ് സാൻഡി

ആസ്ട്രേലിയൻ ഭൂഖണ്ഡത്തിലെ രണ്ടാമത്തെ വലിയ മരുഭൂമിയാണിത്. പടിഞ്ഞാറൻ ആസ്ട്രേലിയയുടെ വടക്കുപടിഞ്ഞാറ് ഭാഗത്താണ് ഇതിന്റെ സ്ഥാനം 2, 84,993 ചതുരശ്ര കിലോമീറ്റർ ഇതിന് വിസ്തൃതിയുണ്ട്. ഗ്രേറ്റ് സാൻഡിയുടെ തെക്കുഭാഗത്ത് ഗിബ്സൺ മരുഭൂമിയും കിഴക്ക് തനാമി മരുഭൂമിയുമാണ്.

പേര് സൂചിപ്പിക്കുന്നതുപോലെ മണൽ നിറഞ്ഞ പ്രദേശമാണ് ഇത്. ഇളംചുവപ്പുനിറത്തിലുള്ള വലിയ എർഗുകൾ ഗ്രേറ്റ്സാൻഡി മരുഭൂമി

യുടെ പ്രത്യേകതയാണ്. നീണ്ട മണൽത്തിട്ടകളും ഇവിടെയുണ്ട്. വടക്കുകിഴക്ക് ഭാഗത്തായി സോറ, മാക്കെ എന്നീ രണ്ട് തടാകങ്ങൾ ഉണ്ട്.

മറ്റ് മരുഭൂമികളിൽനിന്നും വ്യത്യസ്തമായി ഇവിടെ കൂടുതൽ മഴ ലഭിക്കുന്നു. പ്രത്യേകിച്ച് മരുഭൂമിയുടെ വടക്കുഭാഗത്ത്. മരുഭൂമിയുടെ മിക്ക വാറും എല്ലായിടത്തും 200 മി മീറ്ററിൽ കുറയാതെ മഴ ലഭിക്കുന്നുണ്ട്. കുംബർലെ പ്രദേശത്ത് 300 മി മീറ്ററിൽ കൂടുതൽ മഴ പെയ്യുന്നു. വേനൽ ക്കാലങ്ങളിൽ 38 ഡിഗ്രി സെൽഷ്യസ് മുതൽ 42 ഡിഗ്രി സെൽഷ്യസ് വരെ ചൂട് അനുഭവപ്പെടുന്നു. തണുപ്പുകാലത്ത് അത് 25 ഡിഗ്രി മുതൽ 30 ഡിഗ്രി വരെയായിരിക്കും. ഇവിടെ മഞ്ഞുവീഴ്ച ഉണ്ടാവാറില്ല.

ഇവിടെ ജനവാസം വളരെ കുറവാണ്. മാർത്തു എന്ന ആദിവാസി വിഭാഗം മരുഭൂമിയുടെ പടിഞ്ഞാറുഭാഗത്ത് ജീവിക്കുന്നു. പിന്റുപിൻ എന്ന റിയപ്പെടുന്ന മറ്റൊരു ആദിവാസി വിഭാഗം കിഴക്കുഭാഗത്ത് വാസമുറപ്പി ച്ചിരിക്കുന്നു. ഖനികളാണ് പ്രധാന വരുമാനമാർഗം. ടെൻഫർ സ്വർണ ഖനി അവയിൽ പ്രധാനമാണ്. ആസ്ത്രേലിയയിലെ വലിയ സ്വർണഖ നികളിൽ ഒന്നാണത്. ടെൻഫറിനു തെക്കുഭാഗത്തുനിന്നും യുറേനിയം കുഴിച്ചെടുക്കുന്നു.

വ്യത്യസ്ത വർഗത്തിൽപ്പെട്ട നിരവധി ജീവികളെ ഇവിടെ കണ്ടു വരുന്നു. ഒട്ടകം, സിങ്കോസ്, ഗ്വാനാസ്, ചുവന്ന കങ്കാരു, പലതരം പക്ഷി, പല്ലി എന്നിവ ഇവിടെയുണ്ട്.

ഡെസർട്ട് ബ്ലഡ് വുഡ്, വാൽനട്ട്, കുറ്റിച്ചെടികൾ എന്നിവയാണ് ഗ്രേറ്റ് സാൻഡിയിലെ പ്രധാന സസ്യങ്ങൾ.

വിക്ടോറിയ

ആസ്ട്രേലിയ വൻകരയിലെ ഏറ്റവും വലിയ മരുഭൂമിയാണിത്. ചെറിയ മണൽക്കുന്നുകൾ, പുൽമേടുകൾ, ചരൽപ്രദേശം, ഉപ്പുതടാക ങ്ങൾ എന്നിങ്ങനെ വൈവിധ്യമാർന്ന കാഴ്ചകളാണ് ഇവിടെയുള്ളത്. 4,24,400 ചതുരശ്ര കിലോമീറ്ററാണ് ഇതിന്റെ വിസ്തൃതി. ഈ മരുഭൂമി യുടെ അതിരുകളിൽ മറ്റ് മരുഭൂമികൾ കാണാം. വടക്കു പടിഞ്ഞാറ് ലിറ്റിൽ സാൻഡി, വടക്ക് ഗിബ്സൺ, കിഴക്ക് തനാമി.

200 മി മീറ്ററിനും 250 മി മീറ്ററിനും ഇടയിൽ ഇവിടെ മഴ ലഭിക്കുന്നു. ഇടിമിന്നലോടുകൂടിയ കൊടുങ്കാറ്റ് വിക്ടോറിയ മരുഭൂമിയിൽ സർവസാ ധാരണമാണ്. വേനൽക്കാലത്ത് പകൽ 32 ഡിഗ്രി സെൽഷ്യസിനും 42 ഡിഗ്രി സെൽഷ്യസിനും ഇടയിൽ ചൂട് അനുഭവപ്പെടുന്നു. തണുപ്പുകാ ലത്ത് 18 ഡിഗ്രിക്കും 23 ഡിഗ്രിക്കും ഇടയിലാണ് താപനില.

തദ്ദേശീയരായ ആദിവാസികൾ ഇവിടെ താമസിക്കുന്നു. കൃഷി തീരെ ഇല്ല. ഖനനമാണ് പ്രധാന ഉപജീവനമാർഗം. കോഗന, മിർനിങ്, എന്നീ ഗോത്രക്കാർ ഇവിടെ താമസിക്കുന്നു.

വളരെ കുറച്ച് ജലം മാത്രം ഉപയോഗിച്ച് വളരാൻ കഴിയുന്ന മാർബിൾ ഗം, മുൾഗ, സ്പീനിപ്ലെക്സ് പുല്ലുകൾ എന്നിവ ഇവിടെ വള രുന്നു. പലതരം കുറ്റിച്ചെടികൾ ഇവിടെയുണ്ട്. മഴ പെയ്തു കഴിഞ്ഞാൽ

മരുഭൂമിയുടെ ഭാവം മാറും. ഒരൊറ്ററാത്രികൊണ്ട് ഇവിടമാകെ പൂത്തുലയും. ചുവന്ന മണലിന്നിടയിൽ മഞ്ഞയും വെള്ളയും പൂക്കൾ നിറയും.

പല്ലി, തവള തുടങ്ങിയ ചെറിയ ജീവികളെ ഇവിടെ കാണാം. ഇവിടത്തെ തവളകൾ മഴയില്ലാത്ത കാലത്ത് മണ്ണിനടിയിൽ മാളത്തിൽ കഴിയുന്നു. തന്റെ ശരീരത്തിലെ സഞ്ചിയിലെ ജലം ഉപയോഗിച്ചാണ് ഇക്കാലമത്രയും കഴിച്ചുകൂട്ടുന്നത്. മഴ പെയ്താൽ താൽക്കാലികമായി ഉണ്ടാവുന്ന ചെറിയ കുളങ്ങളിൽ മുട്ടയിട്ട് പ്രത്യുൽപ്പാദനം നടത്തുന്നു. വലിയ, നീണ്ട ചെവിയുള്ള ജീവിയാണ് ബാൻസിൻ ഡണാർട്ട്. ഇവ ചെറുപ്രാണികളെ തിന്നുജീവിക്കുന്നു. പലതരം തത്തകൾ ഇവിടെയുണ്ട്. ആസ്ട്രേലിയൻ ബസ്റ്റാർഡ്, നീണ്ട കൊക്കുള്ള തോൺ ബിൽ എന്നിവയും ഇവിടത്തെ താമസക്കാരാണ്.

സിംപ്സൺ

ആസ്ട്രേലിയയിലെ ചൂടേറിയ മരുഭൂമിയാണ് സിംപ്സൺ. ഇതിന്റെ വിസ്തീർണം 1,76,500 ചതുരശ്ര കിലോമീറ്ററാണ്. വലിപ്പത്തിൽ ആസ്ട്രേലിയയിലെ നാലാമത്തെ മരുഭൂമിയാണിത്. ഈ മരുഭൂമിയുടെ പടിഞ്ഞാറ് ഫിങ്ക് നദിയും മാബെൽ മലനിരകളുമാണ്. വടക്കുകിഴക്കായി ആദം പർവതനിരകൾ സ്ഥിതിചെയ്യുന്നു. കിഴക്കുഭാഗത്തുകൂടെ ജോർജീന, ഡയമന്റീന എന്നീ നദികൾ ഒഴുകുന്നു. ഈ മരുഭൂമിയിൽ ഒരുകാലത്ത് ഭൂഗർഭജലം സുലഭമായിരുന്നു. അവ നീരുറവകളിലൂടെ ഉപരിതലത്തിലെത്തുകയും അരുവികളെ സജീവമാക്കുകയും ചെയ്തിരുന്നു. എന്നാൽ ഇന്ന് പെട്രോൾ ഖനനത്തിനായി ഭൂഗർഭജലം വറ്റിക്കുന്നു. ഇതുമൂലം നീരുറവകളിലെ ജലത്തിന്റെ അളവ് അടിക്കടി കുറഞ്ഞുവരുന്നു.

200 മി മീറ്ററിൽ താഴെ മാത്രമാണ് ഇവിടെ മഴ ലഭിക്കുന്നത്. സമാന്തരമായി കിടക്കുന്ന ഒട്ടേറെ മണൽക്കുന്നുകൾ ഇവിടെയുണ്ട്. ലോകത്തിലെതന്നെ ഏറ്റവും വലിയ മണൽക്കൂനകളായി കണക്കാക്കുന്ന ഇവയ്ക്ക് 200 മീറ്ററോളം നീളവും 20 മീറ്ററോളം ഉയരവും വരും. ഈ മണൽക്കുന്നുകൾക്കിടയിലായി ഉപ്പിന്റെയും ചെളിയുടെയും പാളികൾ നിറഞ്ഞ സമതലപ്രദേശം ഉണ്ട്. മഴ പെയ്യുമ്പോൾ ചെറിയ തടാകങ്ങൾ രൂപപ്പെടുന്നു. അവയിൽ ഏറ്റവും വലിയത് ഐെയ്റി തടാകമാണ്.

പൊതുവെ വരണ്ട കാലാവസ്ഥയാണ്. മുൾച്ചെടികളാണ് ഈ മരുഭൂമിയിൽ കൂടുതൽ. നൂറ്റിഎൺപതോളം വർഗത്തിൽപ്പെട്ട പക്ഷികളുടെയും പല്ലികളുടെയും ആവാസകേന്ദ്രമാണിത്. ജലം ശേഖരിച്ചു വയ്ക്കാൻ കഴിയുന്ന തവളകളെ സിംപ്സണിലും കാണാം. ഈ മരുഭൂമിയിൽ കാണുന്ന ഒരു സസ്തനിയാണ് കൊവാരി. എയ്റി തടാകത്തിനരികിൽ ജലപക്ഷികൾ മുട്ടയിടുന്നു.

തനാമി മരുഭൂമി

ആസ്ത്രേലിയയിലെ മരുഭൂമികളിൽ വലിപ്പത്തിൽ മൂന്നാം സ്ഥാനം ഈ മരുഭൂമിക്കാണ്. 1,84,500 ചതുരശ്ര കിലോമീറ്ററാണ് ഇതിന്റെ വിസ്

ലേക്ക് സർപ്രൈസ്

തൃതി. മണൽ നിറഞ്ഞ ഒരു മരുഭൂമിയാണിത്. ഇതിന്റെ ഭൂരിഭാഗം പ്രദേശത്തും കുറ്റിച്ചെടികളും പുല്ലുകളും വളർന്നു നിൽക്കുന്നു.

ആലീസ് അരുവി തനാമി മരുഭൂമിയുടെ തെക്കുപടിഞ്ഞാറാണ്. ഗ്രേറ്റ് സാൻഡി മരുഭൂമി പടിഞ്ഞാറ് ഭാഗത്തും. ആസ്ട്രേലിയൻ വൻകരയുടെ വടക്കേ അറ്റത്ത് സ്ഥിതി ചെയ്യുന്ന മരുഭൂമിയാണിത്. ഇതിന് വടക്ക് ഉഷ്ണമേഖലാ കാലാവസ്ഥ അനുഭവപ്പെടുന്ന പ്രദേശങ്ങളാണ്. അതിനാൽ അവിടെ കൂടുതൽ മഴ കിട്ടുന്നു.

400 മി മീറ്ററാണ് തനാമിയിലെ ശരാശരി വർഷപാതം. ഒരു മരുഭൂമിയെ സംബന്ധിച്ചിടത്തോളം ഇത് വളരെ കൂടുതലാണ്. ഭൂമധ്യരേഖയോട് അടുത്ത് കിടക്കുന്നതിനാൽ മറ്റ് മരുഭൂമികളേക്കാൾ ഇവിടെ ചൂട് കൂടുതലാണ്. അതുകൊണ്ടുതന്നെ ബാഷ്പീകരണത്തോതും കൂടുതലാണ്. വേനൽക്കാലത്താണ് മഴ പെയ്യുന്നത്. ആ സമയത്ത് പലപ്പോഴും അവിടെ വെള്ളപ്പൊക്കം ഉണ്ടാവാറുണ്ട്.

ഒക്ടോബർ മുതൽ മാർച്ച് വരെയാണ് ഇവിടത്തെ വേനൽക്കാലം. ഇക്കാലത്ത് പകൽ 36 ഡിഗ്രി സെൽഷ്യസിനും 38 ഡിഗ്രി സെൽഷ്യസിനും ഇടയിലാവും താപനില. രാത്രി അത് 20 ഡിഗ്രിയിലേക്കും 22 ഡിഗ്രിയിലേക്കും താഴും. ഏപ്രിൽ മുതൽ സപ്തംബർ വരെയുള്ള മാസങ്ങൾ തണുപ്പുകാലമാണ്. ജൂൺ, ജൂലൈ മാസങ്ങളിൽ ഏറ്റവും കൂടുതൽ തണുപ്പ് അനുഭവപ്പെടുന്നു.

'അത്ഭുതങ്ങളുടെ തടാകം' (ലേക്ക് സർപ്രൈസ്), ലേക്ക് ജോർജി എന്നിവ തനാമി മരുഭൂമിയിലെ ജലാശയങ്ങളാണ്. ഇതിൽ ജോർജി തടാകം വറ്റാറില്ല.

ഒട്ടനവധി അപൂർവജീവികളുടെ ആവാസസ്ഥലമാണ് തനാമി. ബിൽബി, മുൾഗാര എന്നിവ അവയ്ക്ക് ഉദാഹരണമാണ്. പൂച്ചകൾ, കുറുക്കൻ, ഒട്ടകം, മുയൽ, കഴുത എന്നീ ജീവികളും ഇവിടെയുണ്ട്.

10

പിൻകുറിപ്പ്

ഓരോ ആവാസവ്യവസ്ഥയ്ക്കും ഒരു താളമുണ്ട്. മനുഷ്യൻ അതിലംഘിച്ച് കടന്ന് പലപ്പോഴും താളപ്പിഴകൾ സൃഷ്ടിക്കുന്നു. കാടിനു കാടിന്റെ താളം. മരുഭൂമിക്ക് മരുഭൂമിയുടെ താളം. മനുഷ്യന്റെ അതിമോഹം കാടിന്റെ നാശത്തിന് കാരണമാവുന്നു. വികസനമെന്നപേരിൽ നാം നടത്തുന്ന സോദ്ദേശ്യപരമായ ഇടപെടലുകൾപോലും പ്രകൃതിയുടെ താളഭംഗത്തിന് ഇടയാവുന്നു. അതിന് ഉത്തമ ഉദാഹരണമാണ് ഇന്നത്തെ താർ മരുഭൂമി. മരുവൽക്കരണം തടയേണ്ടതാണ്. മരുഭൂമിയെ ഹരിതാഭമാക്കി വീണ്ടും ഉർവരത കൈവരിക്കേണ്ടതുമാണ്. പക്ഷെ പ്രകൃതിയോട് നാം ഇടപെടുമ്പോൾ ഗുണത്തേക്കാളേറെ ദോഷം ഉണ്ടാവരുത്.

ഏറെ പ്രതീക്ഷയോടെ വന്നതാണ് താർ മരുഭൂമിയിലേക്കുള്ള രാജസ്ഥാൻ കനാൽ പദ്ധതി. ഇന്നതിന്റെ പേർ ഇന്ദിരാഗാന്ധി കനാൽ എന്നാണ്. താർ മരുഭൂമിയിൽ കൃഷി ചെയ്യാനും മരുപ്രദേശത്തെ വീണ്ടെടുക്കാനും കഴിയും എന്ന പ്രതീക്ഷയോടെ ആരംഭിച്ചതായിരുന്നു ആ പദ്ധതി. ഏറെ ആളുകളുടെ കഠിനാദ്ധ്വാനം ആ പദ്ധതിക്കു പിന്നിലുണ്ട്. എന്നാൽ ഇന്ന് ഒരു പുതിയ പ്രശ്നം അവിടെ രൂപംകൊണ്ടിരിക്കുന്നു. വെള്ളക്കെട്ടാണ് ഇന്ന് താർ നേരിടുന്ന വെല്ലുവിളി. വെള്ളക്കെട്ടുമൂലം ഇതുവരെ അവിടെ കേട്ടറിവുപോലുമില്ലാത്ത മലമ്പനി പോലുള്ള പകർച്ചവ്യാധികൾ പടർന്നുപിടിക്കുന്നു. ഡോ. മീര ശിവയും സഹോദരി ഡോ. വന്ദന ശിവയും ചേർന്ന് എഴുതിയ ലേഖനത്തിൽ രാജസ്ഥാനിലെ പരിസ്ഥിതിയിൽ വന്ന മാറ്റം മലേറിയയുടെ പ്രവേശനത്തിനു കാരണമായി എന്നു ചൂണ്ടിക്കാണിക്കുന്നു.

അന്തർദേശീയ മൂലധനനിക്ഷേപവും പാരിസ്ഥിതിക മാറ്റവും എങ്ങനെ ആരോഗ്യപ്രശ്നങ്ങൾ സൃഷ്ടിക്കുന്നു എന്നതിന് രാജസ്ഥാൻ

മരുഭൂമി ഉത്തമ ഉദാഹരണമാണ് എന്നവർ ചൂണ്ടിക്കാണിക്കുന്നു. 8000 കി മീ നീളമുള്ള കനാൽ ലോകബാങ്ക് ധനസഹായത്തോടെ നിർമിച്ചതാണ്. ഇന്ന് വെള്ളക്കെട്ട് മൂലം കനാലിന്റെ പരിധിയിൽ വരുന്ന പ്രദേശം ചതുപ്പായി മാറിയിരിക്കുന്നു. ഇവിടം ചിലതരം കൊതുകുകളുടെ പറുദീസയായിരിക്കുന്നു.

ഇത് നമുക്കൊരു പാഠം തരുന്നു. പ്രകൃതിയെ തലോടാനേ പാടുള്ളൂ. അവിടേക്ക് നാം അതിക്രമിച്ച് കടക്കരുത്. താളം തെറ്റിക്കരുത്.

അനുബന്ധം

മരുഭൂമികളുടെ രീതി, പേര്, സ്ഥാനം, മൃഗങ്ങൾ

മരുഭൂമികളുടെ രീതി	മരുഭൂമിയുടെ പേര്	സ്ഥാനം	മൃഗങ്ങൾ
ഹോട്ട് ഡെസർട്ട്	ഗ്രേറ്റ് സാൻഡി ഡെസർട്ട്, ഗ്രേറ്റ് വിക്ടോറിയ, സിംപ്സൺ ഗിബ്സൺ, തനാമി	ആസ്ട്രേലിയ	ബിബ്ലി, ഡിൻഗോ, കംഗാരു, മാർസുപിയാൽ മോൽ, ക്വോക്കാ, റാബിറ്റ് ഇയേർഡ് ബൻഡികൂട്ട്.
ഹോട്ട് ഡെസർട്ട്	അറേബ്യൻ ഡെസർട്ട്	അറേബ്യൻ പെനിൻസുലാർ	ഡോമറെഡറി, ഡങ്ബീറ്റിൽ, ക്യാമൽ, സിവെറ്റ, ഈജിപ്ഷ്യൻ വൾച്ചർ, ഫ്ളമിംഗോ, ഫോക്സ്, ഗസല്ലെ, ഹെയർ, ഹെഡ്ജെഹോഗ്, അറേബ്യൻ ഹോഴ്സ്, ഹൈന, ഐബെക്സ്, ജക്കാൾ, ജെർബോവ, ലെസ്സർ ബസ്റ്റാർഡ്, ലിസാർഡ്, ലോകസ്റ്റ്, ഒറിക്സ്, പിയർഗ്രൈൻ, ഫാൽകൺ, പോർകുപൈൻ, സാൻഡ് കോബ്ര,

			സ്കോർപിയോൺ, സ്കിൻക്, വെയിൽഡ്, കമിലിയോൺ, വൈപർ
ഹോട്ട് ഡെസർട്ട്	ചിഹ്വാഹ്വാൻ	മെക്സിക്കോ/ സൗത്ത് വെസ്റ്റ്/ യു എസ് എ	ബിഗ് ഫ്രീ ടെയിൽഡ് ബാറ്റ്, കൊയോട്ടെ, ഡയമണ്ട്ബാക്ക്, റാറ്റിൽ സ്നേക്ക്, കങ്കാരു റാറ്റ്, റോഡ്റണ്ണർ, വാംപയർ ബാറ്റ്.
ഹോട്ട് ഡെസർട്ട്	കലഹാരി	സൗത്ത് ആഫ്രിക്ക	ഗസല്ലെ, ഗെർബിൽ, ഗ്രൗണ്ട് സെർബിൽ, ഹൈന, ജക്കാൾ, മീർകാറ്റ്, സ്പ്രിങ്ബോക്ക്,
ഹോട്ട് ഡെസർട്ട്	മൊജാവെ	സൗത്ത് വെസ്റ്റ്/ യു എസ് എ	ബിഗ്ഹോർൺ ഷീപ്, കൊയോട്ടെ, ഡെസർട്ട് ടോർട്ടോയിസ്, ജാക്ക് റാബിറ്റ്, പപ്ഫിഷ്, സൈഡ് വിന്റർ.
ഹോട്ട് ഡെസർട്ട്	മൊണ്ടെ	അർജന്റീന, സൗത്ത് അമേരിക്ക	അർമാദില്ലോ, കാവി, ജഗ്വാറുണ്ടി, പൂമ, ടിനാമൗ, ടുക്കോ-ടുക്കോ.
ഹോട്ട് ഡെസർട്ട്	സഹാറ	നോർത്ത് ആഫ്രിക്ക	അദാക്സ് ആന്റലോപ്, ബാർൻ ഔൾസ്,കേപ് ഹെയർ, ഡാമാ ഡീർ, ഡെസർട്ട് ഹെഡ്ജഹോഗ്, ഡോർകാസ്, ഗസല്ലെ, ഫാൻ ടെയിൽഡ് റാവൻ, ഫെന്നക് ഫോക്സ്, ജെർബിൽ, ഹോർന്ഡ് വൈപർ, ജക്കാൾ, ജെർബോവ, മൗസ്, നുബിയൻ ബസ്റ്റാർഡ്, ഓസ്ട്രിച്ച്, സാൻഡ് ഫെക്സ്, ഷ്ര്യു, സ്ലെൻഡർ മൻഗൂസ്, സ്പൈനി ടെയിൽഡ് ലിസാർഡ്, സ്പോട്ടഡ് ഹൈന
ഹോട്ട് ഡെസർട്ട്	സൊനാരൻ	സൗത്ത് വെസ്റ്റ്/ യു.എസ്.എ/ മെക്സിക്കോ	ബാർൻ ഔൾ, ബിഗ് ഫ്രീ ടെയിൽഡ് ബാറ്റ്അ, ബ്ലാക്ക് വിഡോ സ്പൈഡർ, ബോബ്ക്യാറ്റ്, ചക്വല്ലാസ്,

			കൊവാട്ടി, കൊല്ലാർഡ് പെക്കാറി, ഡെസർട്ട് ഇഗ്വാന, ഡെസർട്ട് ടോർട്ടോയിസ്, ഡ്രാഗൺഫ്ളൈ, എൽഫ് ഫ്ളൈ, ഗില മോൻസ്റ്റർ, കങ്കാരു റാറ്റ്, പാക്ക് റാറ്റ്, മെക്സിക്കൻ ഗ്രേ വുൾഫ്, മ്യൂൾ ഡീർ, പഫ്ഫിഷ്, റാറ്റിൽസ്നേക്, റെഡ്ടെയ്ൽഡ് ഹാക്, സ്കോർപിയോൺ, സൈഡ് വിന്റർ, തരന്തുല, ടർക്കി വൾച്ചർ, വൈൽഡ് ബറോസ്.
ഹോട്ട് ഡെസർട്ട്	താർ	ഇന്ത്യൻ, പാകിസ്ഥാൻ	ദ്രോമദാരി, ഗ്രേറ്റ് ഇന്ത്യൻ ബസ്റ്റാർഡ്, ഇന്ത്യൻ സപൈനി ടെയിൽഡ് ലിസാർഡ്, ജക്കാൾ, സാൻഡ്ഗ്രൗസ്.
കോസ്റ്റൽ ഡെസർട്ട്	അത്യാമ	പെറു/ചിലി	ഹമാ, പെറുവിയൻ ഫോക്സ്.
കോൾഡ് അൻഡ് ഹോട്ട് ഡെസർട്ട്	ഗോബി	ചൈന, മംഗോളിയ	ബാക്ട്രിയാൻ ക്യാമൽ, ബീറ്റിൽസ്, ബ്ലൂ ഹിൽ പിജിയോൻ, ഡെസർട്ട് വീറ്റർ, ഗസല്ലെ, ഗെക്കോ, മംഗോളിയൻ ജെർബിൽ, ജെർബോവ, ലിസാർഡ്സ്, ഒനാഗർ, പല്ലാസ് ക്യാറ്റ്, പല്ലാസ് സാൻഡ്ഗ്രൗസ്, പ്രസെല്വാസ്കി ഹോർസ്, ഷോർട്ട് ടോയ്ഡ് ലാർക്സ്, സ്നോ ലെപേർഡ്, വൈൽ ഡ് മൗണ്ടെൻ ഷീപ്, വുൾഫ്.
കോൾഡ് അൻഡ് ഹോട്ട് ഡെസർട്ട്	ഇറാനിയൻ	ഇറാൻ, അഫ്ഗാനിസ്ഥാൻ, പാകിസ്ഥാൻ.	മോനിട്ടർ ലിസാർഡ്,ഒനാഗർ, ഒറിക്സ്, സ്കോർപിയോൻ.
കോൾഡ് അൻഡ്	തമീബ്	സൗത്ത്	ഫ്രിൻജ് ടോയ്ഡ് ലിസാർഡ്,

ഹോട്ട് ഡെസർട്ട്		വെസ്റ്റ് ആഫ്രിക്ക.	ഗോൾഡ്ഡൻ മോൾ, ജക്കാൾ, സൈഡ്വ്യൂവർ, വൈപർ, വെബ് ഫൂട്ടട് ജെക്കോ.
കോൾഡ് അൻഡ് ഹോട്ട് ഡെസർട്ട്	തക്ലമകാൻ	വെസ്റ്റ് ചൈന	ബാക്ട്രിയാൻ ക്യാമൽ, ജെർബോവ, ലോങ് ഇയേർഡ് ഹെഡ്ജെഹോഗ്, ഗസല്ലെ.
കോൾഡ് അൻഡ് ഹോട്ട് ഡെസർട്ട്	പാറ്റഗോണിയൻ	അർജന്റീന സൗത്ത് അമേരിക്ക.	ഗുവാനൻകോ, ലെസ്സർറിയ, പിഗ്മി അർമാദില്ലോ, ടുക്കോ-ടുക്കോ, പറ്റഗോണിയൻ വെയ്സൽ, ഫോക്സസ്, പ്യൂമ, ഹാവ്ക്സ്, സീഗൾസ്.
കോൾഡ് ഡെസർട്ട് കോൾഡ് ഡെസർട്ട്	തുർക്കിസ്ഥാൻ അന്റാർട്ടിക് ഡെസർട്ട്	മിഡിൽ ഈസ്റ്റ് അന്റാർട്ടിക്ക	ഏഷ്യൻ ടോർട്ടോയിസ്, ഗോസല്ലെ, സൈഗ, ആൻലോപ്. ബ്രൗൺ സ്കുവാ, പെൻഗ്വിൻസ്, സ്പ്രിങ് ടെയിൽസ്, വോംസ്.
കോൾഡ് ഡെസർട്ട്	ഗ്രേറ്റ് ബേസിൻ	യു എസ് എ	ബിഗ്ഹോർൻ, ജാക്ക് റാബിറ്റ്, പോക്കറ്റ് ഹോർസ്, പ്രോൻ ഹോർൻ, ആൻലോപ്, സേജ് ത്രാഷർ.

മരുഭൂമികളുടെ പട്ടിക മേഖലതിരിച്ച്

1.1 ആഫ്രിക്ക	1.2 അന്റാർട്ടിക്ക	1.3 ആർട്ടിക് ബേസിൻ	1.4 ഏഷ്യ	1.5 ആസ്ട്രേലിയയും, ന്യൂസിലന്റും
അൾജീരിയൻ	അന്റാർട്ടിക്ക	ആർട്ടിക്	അക്ഷി	സെൻട്രൽ
അറേബ്യൻ		വടക്കേ അമേരിക്കൻ-	ബദയിൻ ജരൻ	ഗിബ്സൺ
ബ്ലൂ		ആർട്ടിക്	ചോളിസ്ഥാൻ	ഗ്രേറ്റ് സാൻഡി
കലഹാരി			ദസ്തെ കാവിർ	ഗ്രേറ്റ് വിക്ടോറിയ
കരൂ			ദസ്തെ ലൂട്ട്	ലിറ്റിൽ സാൻഡി
ലിബിയൻ			ഗോബി	റൻഗിപോ
നമീബ്			ഇൻഡസ് വാലി	സിംപ്സൺ
നുബിയൻ			കരാകും	സ്ട്രെലെക്കി
ഒവാമി			ഖരൻ	തനാമി
സഹാറ			കിസിൽകും	
സിനായ്			ലാ പാസ് സാൻഡ്-	
വൈറ്റ്			ഡ്യൂൺസ്	
			ഒർദോസ്	
			ലോപ്	
			റുബ് അൽ ഖാലി	
			തക്ലമകാൻ	
			താൾ	
			താർ	

1.6 യൂറോപ്പ്	1.7 മിഡിൽ ഈസ്റ്റ് കിഴക്കൻ ഭൂമധ്യരേഖപ്രദേശം	1.8 വടക്കേ അമേരിക്ക	1.9 തെക്കേ അമേരിക്ക
അക്കോൺ	അറേബ്യൻ	സെൻട്രൽ വാലി ഓഫ്	അറ്റക്കാമ
ബർദേനാസ്	ദസ്തെ കാവിർ	കാലിഫോർണിയ	ലാ ഗുജിറ
റിയാലെസ്	ദസ്തെ ലൂട്ട്	ചിഹ്വാഹുവാൻ	മൊണ്ടെ
ബ്ലെദോവ്സ്കാ	ജൂദിയാൻ	കൊളോറാഡോ	പാറ്റഗോണിയൻ
ദെലിബ്ലാസ്കാ	മരൻജാബ്	മൊജാവെ	സെച്യുറ
പെസ്കാറ	നാഗേവ്	സൊനാരൻ	
ഹൈലാൻഡ്സ് ഓഫ്	രാം ലത് അൽ		
ഐസ്ലാന്റ്	സാബ് അതയിൻ		
മൊനെഗ്രോസ്	വഹിബാ സാൻഡ്സ്		
ഒലേസ്കി സാൻഡ്സ്			
ഒൾട്ടേനിയൻ സഹാറ			
പിസ്കിനാസ്			
സത്റൻജ സഹാറ			
തബേർനാസ്			